அன்புள்ள மகளே!

அன்புள்ள மகளே!

அம்மாவின் கடிதங்கள்

(நாவல்)

இரா. தட்சணாமூர்த்தி

பாரதி
புத்தகாலயம்

ANBULLA MAGALE (In Tamil)

Dakshinamoorthy
First Published : July, 2022

Published by

BHARATHI PUTHAKALAYAM
7, Elango Salai, Teynampet, Chennai - 600 018.
Email: bharathiputhakalayam@gmail.com | www.thamizhbooks.com

அன்புள்ள மகளே!
இரா. தட்சணாமூர்த்தி
முதற் பதிப்பு : ஜூலை, 2022

வெளியீடு

பாரதி புத்தகாலயம்

7, இளங்கோ சாலை, தேனாம்பேட்டை, சென்னை - 600 018.
தொலைபேசி : 044 24332424, 24330024 விற்பனை: 24332924.

விற்பனை நிலையங்கள்

அருப்புக்கோட்டை: கதவுஎண் 49 A/4 மெயின் ரோடு, தெற்கு தெரு - 9994173551
ஈரோடு: 39: 39 ஸ்டேட் பாங்க் சாலை - 9245448353
கரூர்: நாரத கானசபா அருகில் (TNGEA OFFICE)- 9442706676
காரைக்குடி : 12, 2 வது தெரு, கம்பன் மணிமண்டபம் பின்புறம் - 9443406150
கும்பகோணம்: 352, ரயில் நிலையம் எதிரில் - 9443995061
கோவை: 77, மசக்காளிபாளையம் ரோடு, பீளமேடு - 8903707294
சிதம்பரம்: 22A / 18B தேரடி கடைத் தெரு, கீழவீதி அருகில் - 9994399347
செங்கல்பட்டு: 1 D ஜி.எஸ்.டி சாலை - 044 27426964
சேலம்: 15, வித்யாலயா சாலை சாலை | பாலம் 35, அத்வைத ஆஸ்ரமம் சாலை 0427 2335952
தஞ்சாவூர்: காந்திஜி வணிக வளாகம் காந்திஜி சாலை - 9655542400
திண்டுக்கல்: பேருந்து நிலையம் - 9942331105, 9976053719
திருச்சி: வெண்மணி இல்லம், கரூர் புறவழிச்சாலை - 9994289492
திருநெல்வேலி: 25A, ராஜேந்திரநகர் - 9442149981
திருப்பூர்: 447, அவினாசி சாலை - 9486105018
திருவண்ணாமலை: முத்தம்மாள் நகர்
திருவல்லிக்கேணி: 48, தேரடி தெரு - 9444428358
திருவாரூர்: 35, நேதாஜி சாலை - 9442540543
நாகர்கோவில்: 699 கே.பி.ரோடு R.V.புரம் - 9443450111
நெய்வேலி: பேருந்து நிலையம் அருகில், - 9443659147
பழனி: பேருந்து நிலையம் அருகில் - 9442883696
பாண்டிச்சேரி : கிழக்கு கடற்கரைச்சாலை, இலாசுப்பேட்டை, 9486102777
பெரம்பூர்: 52, கூக்ஸ் ரோடு - 9444373716
மதுரை: 37A, பெரியார் பேருந்து நிலையம் - 045 22324674 & சர்வோதயா மெயின்ரோடு
வடபழனி: பேருந்து நிலையம் எதிரில் அடையார் ஆனந்தபவன் மாடியில் - 9444476967
விருதுநகர்: 131, கச்சேரி சாலை - 0456 2245300
வேலூர்: பேஸ் III, சத்துவாச்சாரி - 9442553893

அச்சு : பிரிண்டெக், சென்னை - 600 005.

அணிந்துரை

தோழர் இரா.தட்சிணாமூர்த்தி அவர்கள் இந்த நூலை நாவல் என்கிற வடிவத்தில் எழுதியிருக்கிறார். சில சமூக உண்மைகளையும் அறிவியல் கருத்துக்களையும் சொல்வதற்காக கதை வடிவத்தைக் கையில் எடுத்துள்ளார். அதிலும் அம்மா மாலதி தன் மகளுக்கு எழுதும் ஒரு கடிதம் என்கிற வடிவில் கதையை நகர்த்திச் செல்கிறார். தமிழில் இதுபோல முயன்றவர்கள் இருவர். ஒருவர் டாக்டர் மு.வரதராசனார். இன்னொருவர் இலங்கைப் படைப்பாளி செ.கணேசலிங்கன். இடதுசாரி எழுத்தாளரான தோழர் செ.கணேசலிங்கனின் கடிதங்களை நினைவுபடுத்தும் ஒரு படைப்பாக இந்த நூலை மதிப்பிடலாம்.

சேரியில் பிறந்த கண்ணம்மாவின் பெண்குழந்தைகளில் தலைச்சன் பிள்ளையான மாலதி இளம் வயதிலேயே பத்தாம் வகுப்புக்கு மேல் படிக்கும் வாய்ப்பு மறுக்கப்பட்ட குழந்தை. பத்தாம் வகுப்பு முடித்ததும் லெதர் கம்பெனிக்கு வேலைக்குப் போகிறாள். தகப்பனார் குடித்துக் குடித்தே செத்துப்போனதால் தாயின் பராமரிப்பில் ஒரு பெண் தலைமையில் இயங்கும் குடும்பமாகிறது.வறுமையோடு மல்லுக்கட்டியபடி தன் இரு தங்கைகள் காவ்யாவையும், திவ்யாவையும் படிக்க வைக்கிறாள்.

இரு தங்கைகளும் சாதி மறுத்துக் காதல் திருமணம் செய்துகொள்கிறார்கள்.கடுமையன உழைப்பாலும் படிப்பாலும் காவ்யா போலீஸ் அதிகாரியாகவும் திவ்யா சிவில் பொறியாளராகவும் ஆகி வாழ்க்கையில் முன்னுக்கு வருகிறார்கள். பின்னர் மாலதியும் ஒரு கம்யூனிஸ்ட்டைத் திருமணம் செய்து கொண்டு பஞ்சாயத்துத் தேர்தலில் போட்டியிட்டுத் தலைவியாக ஆகிறாள்.

இந்தக் கதை முழுவதையும் மாலதி, ஹாஸ்டலில் தங்கிப் படிக்கும் தன் மகள் ஜனனிக்கு எழுதும் கடிதத்தின் மூலமே சொல்லி முடிக்கிறாள். இக்கதைக்கு ஊடாகவே பெண்ணின் உடல், அவள் பூப்படைதல் என்றால் என்ன? கருத்தரித்தல் என்றால்

என்ன? என்பது போன்ற அறிவியல் விளக்கங்களையும் சேர்த்தே விளக்கிச் செல்கிறார்.

படிப்பும் உழைப்பும் இருந்தால் ஒரு தாழ்த்தப்பட்ட சமூகத்தின் குடும்ப உறுப்பினர்கள் ஆண் துணை இல்லாமலும் கூட வாழ்க்கையில் வென்று காட்ட முடியும் என்று நம்பிக்கை ஊட்டுவதாகக் கதையை எழுதியிருக்கிறார். எதிர்மறையான இடைஞ்சல்கள் பெரிதாக ஏதும் வராமலே உழைத்தால் எல்லாமே வெற்றி என்பதாக கதை போகிறது. வாழ்க்கை இவ்வளவு எளிதாக இருக்குமா என்று கேட்டால் அப்படி இருக்கட்டுமே என்று எழுத்தாளர் ஆசைப்பட்டுக் கனவு கண்டு எழுதியிருக்கிறார் என்று சமாதானம் சொல்லிக்கொள்ளலாம்.

ஆசிரியரின் நோக்கம் உயர்வானதாக இருப்பதால் வடிவம் பற்றி இங்கு நான் பேச விரும்பவில்லை. நம்பிக்கை ஊட்டும் கதை சொன்னதற்காக அவரைப் பாராட்டி இந்நூலை வரவேற்கிறேன்..

தோழமையுடன்,
ச.தமிழ்ச்செல்வன்

சிவகாசி-626124
09-06-2022

என்னுரை

இன்று உலகளவில் பெண்ணுரிமை இயக்கங்கள் ஏராளமாக இயங்கி வருகின்றன. காரணம் இன்னும் ஆண்களுக்குச் சமமாக பெண்களின் நிலை உயரவில்லை என்பதுதான் உண்மை. தாய் வழிச் சமூகமாக இருந்த மனிதகுல வரலாறு, உழைப்பின் உபரி காரணமாக ஆணடிமைச் சமுதாயமாக மாறிவந்த வேளையிலே பெண் உரிமைப்போர் துவங்கிவிட்டது எனலாம். உலகில் தோன்றிய மதங்கள் அனைத்துமே ஆண்களை அதிகாரப் படுத்தியும், பெண்களை அடிமைப்படுத்தியும், ஆண்களை மகிழ்விப்பதற்காகவே பெண்கள் படைக்கப்பட்டதாகவும், ஒவ்வொரு மதமும் ஒவ்வொரு வகையாக பெண்களை சிறுமைபடுத்தி வந்துள்ளன.

அதே சமயம் ஒரு சிற்றினத்தின் பெண் பால் பகுதியினர் ஒடுக்கப்படுவதை எதிர்த்தும், சம உரிமை வேண்டியும் உரிமை மீட்பு போராட்டங்கள் எழுவது நியதிதான். பெண்களுக்கு கல்வி உரிமை, ஓட்டுரிமை, வேலை உரிமை உட்பட உலகின் பல பகுதிகளில் நடந்த போராட்டங்கள் மூலமே வென்றெடுக்க முடிந்தது என்பதுதான் வரலாறு. பெண்களின் உணவு, பெண்களின் உடை, பெண்களின் சுகாதராம், பெண்களுக்கான அரசியல் தேர்வு, பெண்களின் கல்வி போன்றவை தற்போது பெண்கள் ஆண்களுக்குச் சமமாக உருவாகிக்கொண்டு வருகிறார்கள்.

இன்னும் இச்சமூகத்தில் புரையோடிக் கிடக்கும் தீண்டாமை, சாதி பாகுபாடு, மத பாகுபாடு, சடங்குகள், மூட நம்பிக்கைகள் போன்றவற்றை தான் பெறும் கல்வியால், அரசியல் விழிப்புணர்வால் வென்றெடுக்க முடிகிறது என்பதை உணர்த்துவதற்காகவே இதுபோன்ற ஒரு பெண்ணிய வரலாறு போன்ற நூலை, ஒரு நாவல் வடிவத்தில் கொடுக்க முயற்சித்துள்ளேன்.

'அன்புள்ள மகளே!' என்ற சிறு நாவலின் மூலம் கதாநாயகி தன் மகளுக்கு எழுதும் கடிதங்கள் மூலம் பெண் கல்வியின் அவசியம், தேவையற்றச் சடங்குகள் ஒழிக்கப்படவேண்டும் என்ற

கருத்தையும், மூட நம்பிக்கை ஒழிப்பு, பெண்ணின் தலைமைப் பண்பு, பெண்களின் உடை, அரசாங்க இலவசங்களின் அவசியம், இட ஒதுக்கீட்டின் தேவைகள், பஞ்சாயத்து தேர்தலில் பெண்களின் அரசியல் பார்வை போன்ற கருத்துகளை, மாலதி என்ற பெண கதாபாத்திரத்தின் மூலம் கொண்டுவர முயற்சி செய்துள்ளேன்.

நான் கடந்த முப்பது ஆண்டுகளுக்கு மேலாக புதுவை அறிவியல் இயக்கம், சமம் பெண்கள் இயக்கம், சுகாதார இயக்கம், அறிவொளி என்ற எழுத்தறிவு இயக்கம் போன்றவைகளில் தொண்டராக, கருத்தாளராக, ஆலோசகராக இயங்கி வந்த அனுபவத்தின் காரணமாகவும், நான் கண்டுணர்ந்த சேரிப் பகுதி மக்களின் துயரங்கள், கல்வி அறிவு பெற்றபின் அந்தப் பெண்களின் சமுதாய விழிப்புணர்வு, அரசியல் விழிப்புணர்வு போன்றவற்றை மையமாக வைத்து எனது இந்த சிறு நாவலை தந்துள்ளேன்.

தமிழ்நாடு முற்போக்கு எழுத்தாளர்கள் கலைஞர்கள் சங்கத்தின் மதிப்புறு தலைவர், எழுத்தாளர், கருத்தாளர் ச.தமிழ்ச்செல்வன் அவர்கள் தனது பல்வேறு பணிகளுக்கிடையே நேரத்தை ஒதுக்கி இந்த நூலை ஆய்வு செய்து முன்னுரை வழங்கியுள்ளார். அவருக்கு எனது மகிழ்ச்சியையும் நன்றியையும் உரித்தாக்குகின்றேன்.

இந்த நூலை அச்சிட்டு தனது பதிப்பகத்தின் மூலம் தமிழ் நாட்டின் எல்லாப் பகுதிகளுக்கும் எடுத்துச் செல்லும் சமூக கடமையை ஆற்றிவரும் பாரதி புத்தகாலயத்துக்கும், அதன் பொறுப்பாளர்களுக்கும் நன்றியைத் தெரிவித்துக்கொள்கிறேன்.

நூலினை தட்டச்சு செய்து, புத்தக வடிவமாக்க உதவிய மகிழும் கிராபிக்ஸ் உரிமையாளர் சு.சிவகுமார் அவர்களுக்கும், பிழைதிருத்தம் செய்து துணை புரிந்த எனது துணைவியார்க்கும், தமிழ்நாடு முற்போக்கு எழுத்தாளர் சங்கம்-புதுச்சேரி பிரதேச குழுவுக்கும், புதுவை அறிவியல் இயக்கத் தோழர்கள், சமம் பெண்கள் இயக்கத் தோழர்கள் மற்றும் ஜனநாயக மாதர் சங்கத் தோழர்களுக்கும் நன்றியைத் தெரிவித்துக்கெள்கிறேன்.

என்றும் தோழமையுடன்,

இரா. தட்சணாமூர்த்தி

பொருளடக்கம்

அணிந்துரை	5
என்னுரை	7
1. பொண்ணு பொறக்குமா! கன்னு பொறக்குமா!	11
2. பொண்ணு படிக்கலாமா?	18
3. மாரியாத்தா கோயில் கூழ்...	24
4. பெண் உடலும் வலியும்...!	29
5. பெரிய பொண்ணு....	34
6. மஞ்சள் நீர்...!	43
7. விதவை...!	50
8. சுமை...!	56
9. ஆடையும் அடியும்!	63
10. வீடு!	67
11. கவர்மன்ட் வேலை!	73
12. காதலும் கல்யாணங்களும்!	77
13. ஜென்னி	86
14. பேரூராட்சித் தலைவி!	91

1

பொண்ணு பொறக்குமா! கன்னு பொறக்குமா!

என் அன்புள்ள மகளே! உன் கடிதம் கிடைத்தது. பார்த்தேன்! மகிழ்ந்தேன்! "இங்கே நாங்கள் எல்லாம் பெண் குழந்தைகள். மிகவும் சந்தோஷமா குதித்துத் துள்ளி விளையாடிக் கொண்டிருக்கிறோம்" என்று குறிப்பிட்டு எழுதியிருந்தாய்!

எனக்கு மகிழ்ச்சியாகத்தான் இருந்தது. நாங்கள் அனைவரும் பெண் குழந்தைகள் என்று குறிப்பிட்டிருந்தாய். நான் இந்த நேரத்தில் என்னுடைய பாட்டி, நான் பிறந்த கதையை எனக்குக் கூறியதை நினைவுகூர்ந்து பார்க்கிறேன்.

செல்லம்மா பாட்டிக்கு ஐந்து பெண் பிள்ளைகள்; அவள் வீட்டில் ஒரு கொட்டகையில் ஐந்து மாடுகள். ஐந்து பிள்ளைகளும் ஐந்து மாடுகளும்தான், செல்லம்மா பாட்டிக்கு சொத்து. பிள்ளைகளைவிட மாடுகள்தான், வீட்டின் செல்வங்களாக, அதாவது சொத்தாக நினைத்தார்கள்.

எங்கள் பாட்டி வீட்டுக்கு விருந்தாளியாக வருபவர்கள் எல்லாம் "அவளுக்கு என்ன? கொட்டா நெறைய மாடு, குப்பை நெறைய சேருது"ன்னு சொல்லி 'உச்' கொட்டி பாராட்டிவிட்டுப் போவார்களாம். பிள்ளைகளைவிட மாட்டுக்கு அவ்ளோ மதிப்பு. அதுதான் செல்வம் என்று மதிப்பிட்ட காலம்.

எனது அம்மா கண்ணம்மாதான் ஐந்து பேர்களில், மூத்தப் பெண்ணாம். ஐந்து பேரில் என் அம்மா கண்ணம்மாதான் மூத்த பெண் என்றாலும் ஒவ்வொரு பெண்ணையும் கரை சேர்க்க வேண்டிய பொறுப்பு பாட்டி செல்லம்மாவுக்கு சுமையாகிப் போனது. அம்மா கண்ணம்மாவை நாற்பது மைல் தொலைவில் உள்ள ஒரு கிராமத்தில் கட்டிக் கொடுத்து ஒரு வழியாக கரை சேர்த்திருந்தது பாட்டி.

ஆம்படையான் வீட்டுக்குப் போயிருந்த என் அம்மா கண்ணம்மா, அடுத்து பத்து மாதத்தில் வாயும் வயிறுமா,

புள்ளத்தாச்சியா அம்மா வீட்டிற்கு அதாவது என் பாட்டி செல்லம்மா வீட்டுக்கு ‘வளைகாப்பு வச்சி’ அழைக்கப்பட்டு வந்துடுச்சாம்.

அம்மா வீட்டுக்கு தலைச்சன் பிள்ளையைப் பெற்றெடுக்க வந்த என் அம்மா சும்மாவே இருக்காதாம். எப்போதும் போல் மாடுகளை ஓட்டிச்சென்று மேய்க்கிறது, மாடுகளைக் கட்டி வைக்கோல் போடறது, சாணி அள்ளிக் கொட்றது, கொட்டாயையும் வீட்டையும் பெருக்கி சுத்தப்படுத்துவது, தங்கைகளுக்கும் சோறு ஆக்கிப் போடறது இப்படின்னு எல்லா வேலைகளையும் செஞ்சிகிட்டே இருப்பாங்களாம்.

‘நெற மாசம் புள்ளத்தாச்சி இன்னும் எவ்ளோ வேலையைச் செய்யுறா பார்’னு எங்கச் சேரி செனங்க பார்த்து சொல்லிக்கிட்டே போவாங்களாம். ஆனால், எங்கம்மா எதைப் பற்றியும் கவலைப்படாம நான் வயித்துல இருக்கும் போது அம்மா வீட்ல எல்லா வேலையும் செஞ்சுக்கிட்டே இருப்பாங்களாம்.

அதே நேரத்துல வீட்டு மாட்டுக் கொட்டகையில் இருந்த மாடுகளில் ஒரு மாடும் ‘சினை’ பிடித்து இருந்ததாம்; மாடுகளுக்கும் பத்து மாசம்தான் சினைப் பருவமாம். அதே சமயத்துல அந்தப் பசுமாடும் இன்னைக்கோ, நாளைக்கோன்னு இருந்துதாம். அந்த மாடு சினையாக இருந்தாலும் கும்பலா மாடுகளோடு சேர்ந்து மேயப் போகுமாம். மாட்டுத் தொழுவத்துல கட்டிப்போட்டா நல்லா வைக்கோல சாப்பிட்டுவிட்டு அசைபோட்டுக் கொண்டே இருக்குமாம்.

அந்த செனை மாட்டுக்கு, பிள்ளை பெற்றெடுக்க வந்திருக்கும் எங்கம்மா தனியா புல்லு அறுத்து வந்து போடுவாங்களாம். அகத்திக்கீரை, சோத்துக் கத்தாழை எல்லாம் ஒடிச்சிவந்து போடுவாங்களாம். அடிக்கடி சோறு வடிச்சக் கஞ்சித் தண்ணியை ஒரு வாளியில் கொண்டு போய் வைப்பாங்களாம். ஏன்னா, அந்த மாடு கன்னுக்குட்டியா அந்த வீட்லே பொறந்து இரண்டரை வருஷமா வளர்ந்து இப்போ அதுவும் ‘கன்னு’ போடப்போவுது. அம்மாவுக்கு ஒரே மகிழ்ச்சி. என் அம்மாதான் அந்த மாடு கன்னுக்குட்டியா இருந்தபோதிலிருந்து மேச்சி, வளர்த்து, சாணிய அள்ளிக் கொட்டி புல்லு போட்டு வளர்த்தவங்களாம். அதனால தனக்குப் பொறக்கப்போற புள்ளையவிட அந்த பசுமாட்டுக்கு பொறக்கப்போற கன்றுக்குட்டியை ஆவலோட எதிர்பார்த்துக் கொண்டிருந்தார்கள், அம்மாவும் அவுங்க கூடப்பொறந்த எல்லாரும்.

அன்று செவ்வாய்க்கிழமை காலை பத்து மணியிருக்கும் பாட்டி செல்லம்மா தங்கவேல் கவுண்டர் வீட்டு ஊர்வாரி கழனிக்கு நடவு நட கூலியாளா போயிட்டாங்க. ஐந்து பிள்ளைக்கு அம்மாவா இருந்தாலும், பெரிய பொண்ணுக்கு குழந்தை பொறந்து பாட்டியாகப் போற நேரத்திலேயும் பாட்டி நடவுக்கு போயிருந்தது. நான் என் பாட்டிகிட்ட "அது என்ன ஆயா ஊர்வாரிக் கழனி"ன்னு கேட்டேன். ஊர் ஒட்டியிருக்கிற முதல் வயல். ஊருல மழைபேஞ்சி வெள்ளம் ஓடுச்சின்னா முதல்ல அந்தக் கழனிதான் வெள்ளத்துல மூழ்குமாம். அதனால அதுக்கு 'ஊர்வாரிக் கழனி'ன்னு பேராம். அதனால மழை காலத்துக்கு முன்னாடியே அந்தக் கழனியை நடவு நட்டு முடிச்சிடுவாங்களாம். மழை வந்து வெள்ளம் வர்றதற்கு முன்னால பயிர் வளர்ந்துடுமாம். வெள்ளத்துல மூழ்காம தப்பிச்சிடுமாம்.

“ஒம்பொண்ணு கண்ணம்மாவுக்கு இடுப்புவலி எடுத்துடுச்சுன்னு” பக்கத்துவீட்டு முருவம்மா ஓடிப்போயி செல்லம்மா பாட்டிக்கிட்ட சொல்ல, செல்லம்மா பாட்டியும் அப்படியே நட்டுக்கொண்டிருந்த நடவை விட்டுட்டு பக்கத்தில நடவு நட்டுக்கொண்டிருந்த ஆண்டாள்கிட்ட,

“ஏம்மா ஆண்டாளு, என் பொண்ணுக்கு இடுப்பு வலி எடுத்துக்கிச்சாம். நான் போறேன். என்னோட நடவு மெனையும் கொஞ்சம் சேர்த்து கலந்து நட்டுக்கோங்க”ன்னு சொல்லிட்டு ஓட்டமும் நடையுமா ஓடிவந்துச்சு செல்லம்மா பாட்டி.

பாட்டி வீட்டுக்கு ஓடி வந்து பார்க்கையில் வீட்ல இரண்டு பேருக்கு பிரசவ வலி எடுத்து, சனங்க கூடியிருந்தார்கள். கண்ணம்மாவின் பிரசவ வலியைச் சார்ந்து கிராமத்து பெண்கள் சிலரும் மருத்துவச்சி தாயம்மாவும் பிரசவம் பார்த்துக் கொண்டிருந்தார்கள். மாட்டுக் கொட்டகையில் சினையா இருந்த பசுமாடு குட்டியை ஈன்று கொண்டிருந்தது. பசுமாட்டைச் சுற்றி ஆண்கள் மட்டும் சிலபேர் இருந்தார்கள். “சின்னப் பசங்க பொடிசுகள் எல்லாம் இந்தப் பக்கம் வரக் கூடாதுன்னு” விரட்டி அடித்துக் கொண்டிருந்தார்கள். அந்த பசு மாடு கன்று போடுவதை கவனமாக பார்த்துக் கொண்டிருந்த பெரிசுகள் அவ்வப்போது ‘தலை வந்துடிச்சி’, ‘கால் வந்துடிச்சுன்னு’ நேர்முக வர்ணனை செய்து கொண்டிருந்தார்கள்.

மாட்டுக் கொட்டகையை பார்த்தபடி விசாரித்துக் கொண்டே ஓடிய செல்லம்மா, ‘அடி கண்ணம்மா எஞ் செல்லம், எப்படிமா இருக்கே! வலியை பொறுத்துக்கும்மா! என் கண்ணு! அப்பான்னு சொல்லி முக்குடி! அழாதடி, நம்ம குல தெய்வம் காட்டேரியம்மன நெனச்சுக்கடி! அந்தம்மா! எந்தக் குறையும் இல்லாம குழந்தையை வெளியிலக் கொண்டு வந்து நல்லபடியாச் சேத்துருவாடி!” நேரா சென்று நடுவூட்ல மஞ்சத் துணியில முடிச்சுப் போட்டு, காட்டேரியம்மனுக்கு வேண்டிக்கிட்டு வச்சிருந்த விபூதி குங்குமத்தை எடுத்துவந்து மகள் கண்ணம்மா நெத்தியில, வவுத்துல பூசிவிட்டு, எல்லாச் சாமிகளையும், வீட்ல முன்னாள செத்துப்போயிருந்த அவுங்க மாமியார், மாமனார், நாத்தனார் எல்லாரையும் வேண்டிக் கொண்டிருந்தாள்.

“என்னம்மா! மருத்துவச்சி தாயம்மா! எப்படி இருக்குது நெலமை?” என்று கண்ணீர் வழியக் கேட்டுக் கொண்டிருந்தாள். “ஒண்ணும் பயம் வேணாமா! கொழந்தை சரியாத்தான் இருக்கு! கொஞ்ச நேரத்துல வெளிவந்துடும். கொஞ்சம் வெளக்கெண்ணை

மட்டும் ஒரு கிண்ணத்துல எடுத்து வைங்க! நான் புதுக்கத்தி வச்சிருக்கிறேன். தொப்புள் கொடி அறுக்க! பயப்படாத செல்லம்மா... அஞ்சு புள்ள பெத்தவ நீ! நீயே இப்படி பயப்படலாமா! ஒன் அஞ்சு புள்ளைக்கும் நான்தான் பிரசவம் பார்த்தேன். ஒண்ணும் பயப்படாதம்மா அந்த மாரியாத்தாள வேண்டிக்கோமா! எல்லாம் நல்ல படியாத்தான் நடக்கும்!"

"அதுக்கில்ல தாயம்மா! இது தலைச்சம் புள்ளையாச்சே! அதான் திக்குதிக்குன்னு இருக்கு!"

அக்கம் பக்கத்து வீட்டுப் பெண்கள் வருவதும் எட்டிப் பார்ப்பதும் போவதுமாக இருக்க திடீர் என்று 'வீல்ல்...' என்று குழந்தை அழும் சத்தம் கேட்டு எல்லோரும் மகிழ்ச்சியடைந்தார்கள். அப்படியே தாயம்மாவின் அனுபவ, கைராசியில் குழந்தை பிறந்தது. தாயம்மாவும் குழந்தையைத் தூக்கி அவளுக்கே தெரிந்த அனுபவ வைத்தியத்தில் 'தொப்புள் கொடியை' அறுத்து தாயையும் சேயையும் பிரித்தாள்.

குழந்தையைக் குளிப்பாட்டி, தாய்க்கு கொடி உறுப்புகள் வெளியே வரும்வரை இருந்து, குழந்தைக்கு சர்க்கரைத் தண்ணி, கழுதைப் பால் எதையும் குடுக்காதீங்க... தாய்ப்பால் மட்டும் அதாவது சீம்பால் மட்டும் கொடுங்கன்னு' அந்த தாயம்மா எங்க பாட்டிக்கிட்ட சொல்லுச்சாம். இப்பல்லாம் நவீன காலம் மாறிடுச்சாம். அந்தக் காலத்துல கொடுத்த மாதிரி சக்கரைத் தண்ணியோ, கழுதைப் பாலோ கொடுக்காதீங்கன்னு கறாரா சொல்லிவிட்டு, செல்லம்மாவைப் பார்த்து, 'ஊர் தெருவுல இருக்குற முதலியார் கடையில் போய் 'குளிசெலவுக்கு'ன்னு கேளுங்க. அவரு எல்லாத்தையும் சேர்த்துக் கொடுப்பார். அதை வாங்கி வந்து அரைச்சு தூளாக்கி வச்சுக்கோங்க! அந்த மருத்துவ உருண்டையை ஒரு நாளைக்கு மூனு வேளை குடுங்க. வயித்துல இருக்குற அழுக்கு கழிவு எல்லாம் கொண்டு வந்து சேர்த்துடும். அந்தக் குளிகுளிச்ச மருத்துவப் பொடியை வச்சிதான் கொழம்பு வச்சி குடுக்கணும். அதான் பத்தியம்- புரியுதா!

அக்கம் பக்கத்து வீட்டுப் பெண்கள் ஓடிவந்து பிறந்த குழந்தையைப் பார்த்துவிட்டு சென்று கொண்டிருக்க, மாட்டுக் கொட்டகையில் நடக்கும் பிரசவத்தை நேர்முக வர்ணனை செய்து கொண்டிருந்த ஏழுமலை, வீட்டில் கண்ணம்மாவுக்கு பிறந்த குழந்தையை பார்த்து திரும்பிக் கொண்டிருந்த காளியம்மாவைப் பார்த்து என்னம்மா! 'அங்கு என்னாக் குழந்தைன்னு கேட்க 'அங்க நாங்க'தான்ன்னு காளியம்மா சொல்ல; இங்க இன்னான்னு

அந்தம்மா கேட்க ‘இங்கேயும் நீங்கதான்’ அந்த ஏழுமலை அண்ணன் சொல்ல....

‘ஓகோ... கண்ணம்மாவுக்கு பொண்ணுதான் பொறந்திருக்காம்னு’ பசுமாட்டை சுற்றியிருந்த ஆம்பளைங்க ச்ச்ச்... கொட்டத் தொடங்கினார். அதே சமயம் ஏழுமலை அண்ணனிடம் கேட்டறிந்த காளியம்மா கொட்டாயில இருந்த பசுமாடு ‘கெடாரிக்கன்னு போட்டிருக்காம்டின்னு சந்தோஷமா தெருவெல்லாம் சொல்லிக்கிட்டே போனாங்க.

ஒரு வழியா கண்ணம்மாவுக்கு பெண் குழந்தையும் பசுமாட்டுக்கு ‘பெண்கன்றும்’ (கிடாரிக்கன்னு) வீட்டில் பிறந்திருந்தது. கிடாரிக்கன்னு பிறந்த உடனே கால், தலை யெல்லாம் நல்லா உருவிவிட்டார் ஏழுமலை, குளம்புகளை கிள்ளி எடுத்தார். தாய்ப்பசு நாவால் நக்கிக்கொடுத்தது. சிறிது நேரத்தில் கன்னுக்குட்டி நடக்க ஆரம்பித்துவிட்டது. தாய்ப்பசு கன்றை நாவால் நக்கியபடியே கன்றைக் கவனித்துக் கொண்டது. யாரையும் கிட்டே அனுமதிக்கவில்லை. சிறிது நேரத்தில் உறுப்பு விழுந்தவுடன், அதை எடுக்கக்கூட தாய்ப்பசு யாரையும் அனுமதிக்கவில்லை. ஒருவழியாக ஏழுமலை தாய்ப்பசுவிடம் சமாதானம் செய்து மாட்டின் பிறப்புறுப்பில் இருந்து விடுபட்ட தொப்புள் கொடியை எடுத்து ஒரு வைக்கோல் பிரியில் வைத்துச் சுருட்டிக்கட்டி ஊருக்கு வெளியில் இருந்த ஒரு ஆலமரத்தில் சற்று உயரமான கிளையில் கட்டிவிட்டுச் சென்றுவிட்டார். தொப்புள் கொடி உறுப்புகளை நாய் நரிகள் தின்றுவிடாமல் உயரமானக் கிளையில் கட்ட வேண்டுமாம். பால் உள்ள மரத்தில் கட்டினால்தான் தாய்ப்பசுவுக்கு நன்கு பால் சுரக்குமாம்.

கிடாரிக் கன்று பிறந்தவுடனே துள்ளி ஓட ஆரம்பித்து விடுமாம். சேங்கன்னு (ஆண்கன்று) எழுந்து நடக்க ஒரு சில மணி நேரமாவுமாம்! ஏன்னா! சேங்கன்னுக்கு வளர்ந்த உடனே ஏர் அடிக்கணும், வண்டி இழுக்கணும்னு பிறக்கும்போதே விசனம் வந்துடுமாம்! அதனால சீக்கிரம் எழுந்து ஓடாதாம்” பாட்டி சொன்னாங்க.

ஏற்கெனவே ஐந்து பொண்ணு பொறந்த வீட்ல இப்போவும் ஒரு பொண்ணு வந்து பொறந்து விட்டதால, அந்தக் குழந்தையை அவ்வளவாக யாரும் கொஞ்சறது இல்ல. பெண் குழந்தைகள் மேல ஒரு வெறுப்பு தெரிந்தது. பொண்ண வளக்கணும், அடிக்கடி சடங்கு செய்யணும், மாப்ள பாக்கணும்னு எல்லார் முகத்திலேயும் ஒரு வெறுப்புதான் தெரிஞ்சது.

ஆனால், மாட்டுக் கொட்டாயில அதே நாளில், அதே நேரத்தில் பொறந்த அந்தக் கிடாரி கன்னு மேல எல்லோருக்கும் ஒரே மகிழ்ச்சி. இது போல கிடேரிகன்னு பொறந்தாதான் கொட்டாயில் நிறைய மாடு இருக்கும், அதுக கன்னு போட்டு, போட்டு நிறைய மாடு வரும். வூட்ல செல்வம் கொழிக்கும்னு எல்லாம் பேசிக்குவாங்க.

அது மட்டும் இல்ல! வீட்ல வளக்கிற ஆடு, மாடு, நாய், பூனையெல்லாம் பொட்டைகுட்டி போட்டா ரொம்பப் பெருமையா பார்க்கிறாங்க! ஆனால் தலைச்சம் குழந்தையா இருந்தாலும் பெண்குழந்தையை பெற்றெடுத்த அந்தத் தாயையும், அந்தப் பெண் குழந்தையையும் வெறுத்து ஒதுக்குறாங்க... அது தான் இந்தச் சமூகம். அப்படி பெண் குழந்தையா பொறந்தவதான் நான்.

இச்சமூகத்தில்தான் பெண்ணாகப் பிறக்கும் போதே எவ்வளவு வலி என்று மனதுக்குள் நினைத்துக்கொண்டே, தனது பாட்டி தான் பிறந்த நேரத்தில் நடந்ததை தன்னிடம் கூறியதையெல்லாம் நினைத்துக்கொண்டே மேலும் மகள் கடிதத்தை படிக்கத் தொடங்கினாள் 'மாலதி' - கண்களில் இருந்து வடிந்த கண்ணீர், கடிதத்தை நனைத்துக் கொண்டிருந்தது! ஆனாலும் மகளுக்கு பதில் கடிதம் எழுத மனமில்லா நிலையிலும் எழுதினாள்.

□

2

பொண்ணு படிக்கலாமா?

“இங்க எங்க ‘ஹாஸ்டல்ல’ இருக்கிற பெண்களோடு நானும் நல்லா படிக்கிறேம்மான்னு எழுதியிருந்தாய்! மனதுக்கும் மகிழ்ச்சியாகத்தான் இருக்கு!

மகளே! நான் பிறந்து வளர்ந்த எங்க வூட்ல நான்தான் பெரிய பொண்ணு, எனது அம்மா கண்ணம்மாவுக்கு அடுத்தடுத்து குழந்தைகள் பிறந்து கொண்டே இருந்ததால் நான்தான் அம்மாவுக்குத் துணையாக இருப்பேன். என்னை ஐந்து வயதில் பள்ளிக்கூடத்தில் சேர்த்துவிட்டிருந்தார்கள் என்றாலும் எனக்கு அடுத்து பிறந்த குழந்தைகளை பார்த்துக்கச் சொல்லிவிட்டு அம்மா கூலிவேலைக்கு களை எடுக்கவோ நடவு நடவோ சென்றுவரும். அதனால் நானும் ஒழுங்காக பள்ளிக்குச் செல்ல முடியாது. இருந்தாலும் வாரத்தில் சில நாட்கள் லீவு போட்டாலும் பள்ளிக்கூடத்துல நல்லாப் படிக்கிற பிள்ளைகளில் நானும் ஒருத்தியாகத்தான் இருந்தேன்.

நான் பொறந்த கிராமத்துல ஊர் தெருன்னு ஒரு பகுதியும், சேரின்னு ஒரு பகுதியும் இருந்தது. நான் சேரியில பொறந்த பொண்ணு. அப்பா ஒரு குடிகாரரு. சரியா வேலைக்கு போவமாட்டாரு. ஒரு நாளைக்கு வேலைக்குப் போனா மூனு நாளைக்கு வேலைக்கு போவ மாட்டாரு. காரணம் கேட்டா, அவருக்கு டி.பி. என்கிற காசநோயாம். அடிக்கடி லொக், லொக்குனு இரும்பிக்கிட்டே இருப்பாரு. இரும்பும்போது அடிக்கடி சளி வரும். அதை அங்கேயே துப்புவாரு. ஆனாலும் எங்கப்பா மேல எனக்கு ஒரு பாசம் எப்பவுமே இருக்கும். நான் வீட்ல முதல்ல பொறந்த பெரிய பொண்ணுங்கறதால எம் மேல அவருக்கும் நெறைய பாசம்.

நாமெல்லாம் சேரி சனங்க. நாம் ஊரு தெருவுல இருக்கிறவங்களத் தொடக்கூடாதுன்னும், அவுங்களைப் பார்த்தா மரியாதையா நடந்துக்கிடணும். அவுங்களப் பார்த்து எதுத்துக்

கேள்வி கேட்கக் கூடாதுன்னு, அடிக்கடி அம்மா எங்கிட்ட சொல்லிக்கிட்டே இருக்கும்.

“ஏம்மா அப்படின்னு?” நான் எங்கம்மாக்கிட்ட கேட்பேன்.

அந்தக் கவுண்டர், முதலியார், நாயடுமார்கள் வீட்லத்தான் நாம காட்டு வேலைக்கு அதாவது வயல்வேலை செஞ்சி பொழைக்கனும்; அப்புறம் நம்மள கூலிக்கு கூப்பிட மாட்டாங்க!

“நாங்க பள்ளிக்கூடத்துல எல்லாம் ஒன்னாத்தானம்மா படிக்கிறோம்னு” சொல்லுவேன்.

“அடிப்போடி போக்கத்தவள! நம்ம நாட்டை வெள்ளக்காரன் ஆண்ட போதுதான்டி இந்த மாதிரி எல்லாரும் சேர்ந்து படிக்கிற மாதிரி பொதுப் பள்ளிக் கூடமெல்லாம் வந்தது. அதுக்கு முன்னாடி பள்ளிக்கூடமா? கிள்ளிக்கூடமா? எதுவும் இல்லைடி. பெரிய சாதிக்காரங்க மட்டும் படிக்கிற ‘குருகுலக்கல்வி’ இருந்ததா தெருக்கூத்து, நாடகத்துல சொல்லுவாங்க. அப்புறம் திண்ணைப் பள்ளிக்கூடம்னு ஒருமுறை இருந்ததாம். அங்க பெரிய ஊர் சாதிக்காரங்க வூட்ல ஒரு திண்ணை கட்டி வச்சிருப்பாங்க. அங்கத்தான் ஊர் சாதிக்காருங்க பிள்ளைங்கப் போயி படிப்பாங்களாம். சொல்லிக் குடுக்குற வாத்தியாருக்கு, படிக்கிற பசங்களே அரிசி, பருப்பு, புளின்னு ஏதாச்சும் சம்பளமா, தட்சணையா கொடுப்பாங்களாம். அங்கக்கூட நம்ம சேரிப் புள்ளைங்கள சேர்க்க மாட்டாங்களாம்மா!”

“ஐயையோ! அப்புறம் எப்படிம்மா, நம்ம சேரி புள்ளைங்கெல்லாம் படிச்சாங்க?”

“அதான் சொன்னேனே! வெள்ளக்காரன் வந்த பிறகு எல்லாம் படிக்கனும்னு பொதுப் பள்ளிக்கூடம் கட்டினான்னு. அப்புறம்தான் எல்லாப் புள்ளைங்களும் படிக்க ஆரம்பிச்சாங்க!”

“அதுக்கப்புறம்தான் நம்ம சேரி புள்ளைங்களும் படிச்சாங்களாமா?” அப்படின்னு அம்மாக்கிட்டக் கேட்டேன்.

“அதை ஏன்டிக் கேக்கிற! வெள்ளக்காரன் காலத்துல எல்லாரும் படிக்கட்டும்னும் பொதுப் பள்ளிக் கூடம் கட்டினான்! ஆனால் அங்க சேரி புள்ளங்கக் கூட சேர்ந்து ஊர் பிள்ளைங்கள படிக்க அனுப்ப மாட்டோம்னு ஊர்க்காருங்க தகராறு பண்ணாங்களாம். அதுக்கப்புறம் வெள்ளைக்காரனுக்கு வேற வழியே தெரியாம எப்படி எப்படியோ! ஒன்னா சேர்ந்து படிக்க முயற்சி

பண்ணாங்களாம். அப்புறம் முடியாமல் போகவே ஊருக்குத் தனியாகவும், சேரிக்குத் தனியாகவும் பள்ளிக் கூடம் கட்டினாங்களாம். அப்புறம் தமிழ்நாட்டுல காமராசர் முதலமைச்சரா வந்தபிறகு ஊருக்குப் பள்ளிக்கூடம், மதிய உணவு, சீருடைனு கொண்டு வந்தாராம்.”

“ஏம்மா! அந்த காலத்துல பொம்பள புள்ளைங்க ஸ்கூலுக்குப் போயி படிச்சாங்களாமா? ஔவையார் பாட்டியெல்லாம் படிக்காதவாமா அவ்ளோ பாட்டையும் பாடினாங்க?”

“அடி ஏய்! அது அப்பவே பெரிய போராட்டமாத்தான் இருந்திருக்கும்மா. அந்த காலத்துலே ஔவையார், காக்கை பாடினியார், புனிதவதி என்கிற காரைக்கால் அம்மையார்.... இப்படி நெறைய பெண் புலவர்களும் இருந்திருக்காங்க... ஆனால் அவுங்க எங்க? எப்படி படிச்சாங்கன்னு தெரியாமலே இருக்கு. ஔவையார்ல சங்ககால ஔவையார், இடைக்கால ஔவையார்னு நிறைய ஔவையார் இருந்திருக்காங்க.

“பொதுவாகவே தமிழ் நாட்டுல வேதப் பாடசாலைன்னு அதாவது சதுர்வேதி மங்கலம் என்கிற பெயரில் பாட சாலை இருந்திருக்கு. அங்க நாலு வேதங்கள் மட்டுமே சொல்லிக்குடுப்பாங்களாம். பிராமணப் பிள்ளைகள் மட்டும்தான் படிக்க முடியுமாம். ராஜாக்கள் நெறையபேர் அந்த வேத பாடசாலைகளுக்கு பொருள் உதவி, நெலம், இடம் எல்லாம் கொடுத்திருக்காங்க.”

“அதே சமயம் சாதாரண மக்களும் சில இடங்களில் படிச்சிருக்காங்க. நெறைய ஆண் புலவர்களும், சில பெண் புலவர்களும் எழுதப்படிக்கக் கத்துக்கிட்டுதானே பாட்டெழுதியிருப்பாங்க. ஆனால் அவுங்கல்லாம் எங்க? எப்படி படிச்சாங்கன்னு சரியான தகவல் இல்லை.”

“சரிம்மா என்னமாதிரி பொண்ணுங்களும், அதுவும் சேரிப் பொண்ணுங்களும் படிக்கவே இல்லையாம்மா?” எங்கம்மா கண்ணம்மாக்கிட்ட நான் கேட்டேன்.

“ஏன்டி! மழைக்குக் கூட பள்ளிக்கூடம் பக்கம் ஒதுங்காதவ நானு! எங்கிட்டே கேக்கறேயே” அம்மா ரொம்ப சலிச்சுக்குச்சி.

“ஏன்டி! மாலதி, ஒன்னுத் தெரியுமா? அந்த காலத்து படிப்பு எல்லாம் புராணங்கள், சதகங்கள், ராமாயணம், மகாபாரதம்னு

வெறும் பாட்டாத்தான் இருக்குமாம். இப்ப நம்ம படிக்கிற புஸ்தகம், பேப்பர் மாதிரி உரைநடையே கிடையாதாம். கொஞ்சம் கணக்கு; வாய்ப்பாடு, அப்புறம் வில்வித்தை, குதிரை ஏற்றம், மந்தரம், தந்தரம்னுதான் இருக்குமாம். அதனால ஆம்பள புள்ளங்க, அதுவும் உயர்சாதி புள்ளைங்க மட்டும்தான் படிப்பாங்களாம்.''

''நீதான் பள்ளிக்கூடமே போனதில்லையே! இதெல்லாம் உனக்கு எப்படிமா தெரியும்?''

நான் எங்கம்மாக்கிட்டக் கேட்டேன்.

''மாதர் சங்கத்துல இருந்து ஒரு அம்மா வருவாங்க, அவுங்களுக்கு 'சுதா தோழர்னு' பேரு. அவுங்கத்தான் எங்க சேரியில இருக்கிற 'விஜயா'ங்கர தோழர்மூலம் எங்களயெல்லம் கூட்டமா கூட்டி அப்பப்போ பேசுவாங்க. ஒரு நாளைக்கு ஒரு டீச்சரம்மா வரும். ஒரு நாளைக்கு ஒரு டாக்டரம்மா வரும், நர்ஸ் அம்மா வரும் அவுங்க மூலம்தான் எனக்கு இது மாதிரி விஷயம் எல்லாம் தெரிஞ்சிக்க முடிந்தது. நான் எந்தப் பள்ளிக் கூடத்துலப் போயி படிச்சேன்?''

''அடி ஏய்! நான் பள்ளிக்கூடம் போவாதவத்தான் நான் நடவுப்பாட்டு நல்லாப் பாடுவேன். படிக்காத ஆம்பளைங்க ஏத்தப்பாட்டு பாடுவாங்க! பாரதப்பாட்டு, ராஜா தேசிங்குப் பாட்டெல்லாம் பாடுவாங்க.

நான் நல்லத்தங்காப் பாட்டப் பாடி நடவுல மெனப் புடிச்சி பாடனா, அம்புட்டு நடவுநடும் பொம்பளைங்களும் தேம்பி தேம்பி அழுதுக்கிட்டே நடுவாங்கடி... ஒருசமயம் வரப்புமேல கொடைப் புடிச்சிக்கிட்டு நிக்கற செல்லமுத்துக் கவுண்டர்

அடிஏய்! கண்ணம்மா! எங்க ஊட்டு நெலத்துல மொத, மொத நடவு நடும்போது இப்படி எல்லாரும் நல்லத் தங்காள் பாட்டுப்படி அழுதுக்கிட்டே நடவு நட்டா, நட்ட நடவு விளங்குமாடி! பாட்ட மாத்துங்கடின்னு கொரல் கொடுப்பாரு.

நானும் உடனே பாட்ட மாத்தி "ஏலேலோ, எல்ம ஏலு"ன்னு மவராசன்... எல்ம ஏலு எங்கராசா... எல்மா ஏல படியளக்கும் எல்ம ஏல பத்மராசா ஏலேலோ...ன்னு பாட்ட மாத்திடுவேன்டி! சாவுக்கு, எழவுக்குப் போனா அழறோமே! கொழந்தையத் தூங்கவைக்க ஆரிரோ... பாட்டு பாடறோமே! எந்தப் பள்ளிக் கூடத்துலப் போயி படிச்சோம்!"

ஏம்மா! ஒரு தாலாட்டு பாட்டு பாடிக் காட்டேன். நான் கொழந்தையா இருக்கையிலே எனக்குப் புரிஞ்சிருக்காதுல்ல... இப்பப் புரியுமே! ஒரு பாட்டுப் பாடிக் காட்டுமான்னு எங்கம்மா, கண்ணம்மா கையைப் புடிச்சிக்கிட்டு வரப்புல நடக்கும் போது கேட்பேன்.

ஆரீரோ... ஆரீரரோ...
ஆர் அடிச்சி நீயழுதே!
பாட்டி அடிச்சாளா!
பாலூட்டும் சங்காலே!
தாத்தா அடிச்சாரோ
தானூன்றும் தடியாலே!
மாமன் அடிச்சானோ
மல்லிப்பூ செண்டாலே!
அத்தை அடிச்சாளோ!
அரளிப்பூ செண்டாலே!
ஆரடிச்சி நீயழுதாய்
ஆரீரோ... ஆரீரரோ!
அடிச்சவர சொல்லி அழு!
ஆரீரோ.. ஆரீரரோ!...

"அம்மா... போதுமா! நல்லா இருக்குமா!

"அப்போல்லாம் பெண் டீச்சர் இருந்தாங்களாம்மா?"

“ஒரு 200 வருடத்துக்கு முன்னால 'சாவித்திரிபாய் பூலே'ன்னு ஒரு பெண் டீச்சர் இருந்தாங்களாம்... அவுங்கதான் நம்ம நாட்ல முதல் பெண் டீச்சர்னு சொல்றாங்க...

அவுங்க ஒரு புடவையைக் கட்டிக்கிட்டு சேரிக்கு போயி சேரிப் புள்ளைங்களுக்கும், சின்ன வயசிலே விதவையாகிப்போன பெண்களுக்கும், அதாவது அப்பொல்லாம் பத்து, பன்னிரண்டு வயசுலே பொண்ணுங்களக் கட்டிக் குடுத்துடுவாங்களாம். தனக்கு பத்து வயசாகும் போதே கணவன் செத்துட்டா, அவங்கள விதவைன்னு பேர் வச்சி வீட்லே உட்கார வச்சிடுவாங்களாம். அது மாதிரி பெண்குழந்தைகளுக்கும், இந்த சாவித்திரிபாய் பூலே என்கிற டீச்சரம்மா போய் பாடம் சொல்லிக் குடுப்பாங்களாம். அதனால அவுங்க சேரிக்குப்போய், இப்படி பெண் புள்ளங்களுக்கு பாடம் சொல்லிக்குடுக்கிறத பார்த்த ஊர் தெருவுல இருக்கிற பெரிய சாதிக்காருங்க, அந்தம்மா போவும்போது மாட்டு சாணிய எடுத்து அவுங்க மேல வீசுவாங்களாம். அவுங்களும் அதுக்கெல்லாம் பயப்படாம, வீட்ல இருந்து கிளம்பும் போதே இன்னொரு சேலையை தனியா ஒரு பையில எடுத்துக்கிட்டுப் போயி, அதை மாத்திக் கட்டிக்கிட்டு பெண் குழந்தைகளுக்கு, அதுவும் சேரிக் குழந்தைகளுக்குப் பாடம் சொல்லிக் குடுக்குமாம். அந்தம்மா 'சாவித்திரிபாய் பூலே'த்தான் இந்தியாவிலே முதல் பெண் டீச்சர்னு சொல்றாங்கம்மா.

“அதுசரி இதெல்லாம் ஒனக்கு எப்படிம்மா தெரியும்?”னு எங்கம்மா கண்ணம்மாக்கிட்டே நான் கேட்டேன். “அடி ஏய்! ஒரு நாள் மாதர் சங்க கூட்டத்துக்கு கோமதின்னு ஒரு டீச்சர் வந்தாங்க. அவுங்கதான் எங்க ஊர் பொம்பளைங்களை எல்லாம் கூட்டமா கூட்டி இதுமாதிரி விஷயத்தை எல்லாம் சொல்லுவாங்க. அது மட்டுமல்லாமல் பெண்கள் படிக்கணும், பெண் குழந்தைகளை படிக்க வைக்கணும், ஆண் குழந்தையையும் பெண் குழந்தையையும் சமமா வளக்கணும்”னு நெறைய சொல்லுவாங்க.

அவுங்கெல்லாம், சொல்றதக் கேட்டுத்தான் 'நானும் உன்னைப் படிக்க வைக்கிறேன்னு' எங்கம்மா கண்ணம்மா சொல்லுவாங்க.

இப்போ நீ ஹாஸ்டல்ல இருந்து ஸகூலுக்குப் போயி நல்லாப் படிக்கிறேன்னு சொல்லியிருக்கிறே! ரொம்ப மகிழ்ச்சியாத்தான் இருக்கு! நான் நெனச்சித்தான் பார்த்தேன், உனக்கு பதில் கடிதம் பின்னர் எழுதுகிறேன்! நினைத்துக்கொண்டாள் மாலதி.

□

3

மாரியாத்தா கோயில் கூழ்...

"ஹோம்லேயும், ஸ்கூல்லேயும் நல்ல சாப்பாடு போடுறாங்க! நாங்க நல்லா சாப்பிடுறோம்னு உன் கடிதத்தில் எழுதியிருந்தாய்!" மகிழ்ச்சி.

மகளே! தற்போது உனக்கு பத்து வயது. எனக்கு பத்து வயசு இருக்கும் போது, நானும் பள்ளிக் கூடம்தான் போனேன். அப்போதும் ஆரம்பப் பள்ளியில் மதியான சாப்பாடு போட்டாங்க. அந்த ஒருவேளை மதிய உணவு என் பொண்ணுக்கு கிடைச்சுடும்னுதான் எங்கம்மா, என்னையும், என் முதல் தங்கச்சியையும் பள்ளிக்கூடம் அனுப்பிச்சு. நான் என் தங்கச்சியோட கையைப் புடிச்சிக்கிட்டுத்தான் ஸ்கூல் வரைக்கும் கூட்டிட்டுப் போவேன். நான் அஞ்சாம் வகுப்புக்குப் போவும்போது, அவ மூனாம் வகுப்புக்குப் போவாள். ரெண்டு பேரும் மதியான சாப்பாட்டை ஸ்கூல்ல வாங்கி சாப்பிட்டுவிட்டு, அதுல கொஞ்சம் மிச்சம் புடிச்சி நேரே வீட்டுக்கு ஓடிவந்து எனது இரண்டாவது தங்கச்சிக்கு குடுத்துடுவோம். அவளும் ஸ்கூல் சாப்பாட்ல மதியானம் அரிசிச் சோறு சாப்பிட்டுவிடுவாள். சனிக்கிழமை, ஞாயிற்றுக்கிழமை, காலாண்டு, அரையாண்டு, கோடை விடுமுறையில், பள்ளிக்கு லீவு இருக்கும்போது எங்களுக்கு மதிய சாப்பாடு இருக்காது. எங்களுக்கும் பசி எடுக்காது. மதிய சாப்பாடு சாப்பிடாம இருந்து பழகிப் போச்சு எங்க வயிறு.

கோடை விடுமுறையில் ஒருநாள் அம்மா கண்ணம்மாவும் கூலி வேலைக்குப் போவல.

"ஏம்மா! இன்னைக்கு வேலைக்குப் போவல?"

நான் அம்மாக்கிட்டக் கேட்டேன்.

"அடி ஏய் மாலதி, இன்னைக்கு ஊர்த்தெருவுல இருக்கிற. மாரியாத்தா கோயில்ல கூழ் ஊத்தறாங்களே! ஒனக்குத் தெரியாதா?"

"ஏம்மா! நாம சாமி கும்பிட அந்தக் கோயில் உள்ளப் போனால் உள்ளே விடுவாங்கலாம்மா?"

"அது எப்படிடி நம்மள அந்தக் கோயில் உள்ளே விடுவாங்க! அது அந்த ஆண்டமார்ங்க கோயிலாச்சே!"

"அதுக்கு ஏம்மா நாம அங்கப் போவனும்?"

"அதுக்கு இல்லடி! இன்னைக்கு கோயிலுக்கு கொடம், கொடமா கூழ் எடுத்து வந்து சாமிக்கு படைச்சிட்டு நம்மளமாரி ஏழை, பாழைக்கெல்லாம் நம்ம எடுத்துப் போற பாத்திரத்துல ஊத்துவாங்கடி."

"நான் ஒரு பானை, நீ ஒரு ரெண்டு பாத்திரம், பாப்பா ஒரு சொம்பு எடுத்தும் போனா! எப்படியும் ஒரு குடம் கூழ் வாங்கிடலாம்டி! எங்கூடவே வாடிச் செல்லம்."

அம்மா கூப்பிட்டாங்கன்னு அம்மாக்கூடவே நானும் பாத்திரத்தை எடுத்துக்கிட்டுப் போனேன்.

அங்க ஒரே கூட்டம்... நாங்க எங்க சேரி சனமெல்லாம் கோயிலுக்கு வெளியில கூட்டமா தென்னை மரத்து ஓரமா பானை, சொம்பு பாத்திரங்களோட நின்னுட்டிருந்தோம்.

ஊர்த் தெருவில் இருந்து ஊர் சனங்க எல்லாம் மாவிலை, வேப்பிலைக் கொத்துகளை கழுத்தில கட்டியிருந்த கூழ் குடங்களை சுமந்து வந்து கொண்டிருந்தனர். என்கூட ஸ்கூல்ல படிக்கற பசங்களும், அவுங்க அப்பா அம்மாக்கூட சின்னசின்ன தவலையில கூழை சுமந்துகொண்டு வந்தாங்க. ஒவ்வொரு தெருவிலிருந்தும் ஒவ்வொரு கூட்டம் வரும். மேள தாளங்கள் அடித்துக்கொண்டு, பம்பை அடித்துக் கொண்டும் கூழ் குடங்கள் ஊர்வலமா கோயிலை நோக்கி வந்து கொண்டிருந்தன.

"அய்யோ! எவ்ளோ குடத்துல கூழ்" நான் பார்த்து அசந்து போனேன்.

கூழ் கொடத்தை எல்லாம் வரிசையாகவும், அடையாளத்துடனும் இறக்கி வச்சாங்க. கோயில் மேளங்கள் ஓய்ந்தது. பம்பை அடிக்கிற பூசாரிகள் மட்டும் ராகமாக பாட்டுப்பாடி பம்பை அடிக்க ஆரம்பித்தார்கள்.

"ஏம்மா! அவுங்க மட்டும் பாட்டுப்பாடி இப்படி பம்பையை அடிக்கிறாங்க!"

"அவுங்க பம்பை அடிச்சி, அடிச்சி வர்ணிச்சிப் பாட்டுப் பாடினால்தான் ஊர்ல யார் மேலையாவது சாமிவரும். அப்படி

சாமிவந்து ஆடினால்தான் அந்த சாமிக்கிட்ட உத்தரவு வாங்கி படைப்பாங்க. அப்படி படைச்ச பிறகுதான் கூழையெல்லாம் நம்பளமாதிரி ஏழை பாழைக்கெல்லாம் ஊத்துவாங்க!"

பம்பைக்காரன் அடிச்சி அடிச்சிப் பார்த்தான். யாருக்கும் சாமி வர்லே! ஒரு பூசாரி வந்து ஒரு சொம்பில மஞ்சத் தண்ணியைக் கரைச்சி வேப்பிலையால எல்லார் மேலேயும் தெளிச்சாரு. பம்பக்காருங்க ரொம்ப வேகமா நோங்கி, நோங்கி அடிச்சாங்க...

திடீர்னு ஒரு அம்மா மேல சாமி வந்துடிச்சி. அதே நேரத்துல எங்கக்கூட கூழ்வாங்க வந்து வெளியில நின்னுட்டு இருந்த ஒரு அத்தையும் சாமி ஆட ஆரம்பிச்சிடுச்சி. ஒரே சமையத்துல ரெண்டு பேர் மேல சாமி வந்துட்டாலும், எங்கக் கூட இருந்து ஆடன அத்தையை அவுங்க யாரும் கண்டுக்கல. ஏன்னா! அது சேரி பொம்பள மேல வந்த சாமியாம். அதுவா கொஞ்ச நேரம் ஆடிட்டு ஓஞ்சிடுச்சு.

ஆனா ஊர்த்தெருவுல இருந்து வந்து ஆடுன அந்த அம்மாவ மட்டும் பம்பக்காருங்க கிட்டப் போயி அதுங்கிட்ட ஏதோ பேச்சுவார்த்தை நடத்துனாங்க...

"இந்தப் பாலகிமேல வந்திருக்கிறது யாரு தாயி!"

"ம்ம்ம்ம்... டாய் நான் பொறையாத்தாடா!"

"இந்தப் படையல் எல்லாம் ஆத்தாவுக்கு திருப்தியா?"

"எனக்கு பூரண திருப்திடா!"

"இந்த வருடம் சுபிஷ்சமா மழை பேயுமா?
காடு, காணி யெல்லாம் நல்லா வெளயுமா?
மக்கள் நோய் நொடியில்லாம வாழ்வாங்களா?
சொல்லணும் தாயி..."

"நல்ல மழை பேயும்டா! முப்போகம் விளையும்டா!"

"பம்பக்காரா... அதான் சொல்லிட்டே! அப்புறம் ஏன் வளத்துற! ராவு காலம் வருது! சாமிய மலையேத்திட்டு! படைக்கிற வேலையப் பாருங்க" சாமிநாதக் கவுண்டர் சத்தம் போட்டார்.

ஒரு தட்டுல கற்பூரத்தக் கொளுத்தி அந்த சாமியாடுன அம்மாக்கிட்ட ஒரு துண்டு கற்பூரத்தைக் கொடுத்தார் பூசாரி. அந்தம்மா அப்படியே எரியிற கற்பூரத்தை வாயில் போட்டு நிறுத்திடுத்து.

கோயில்ல பெரிய மணியை ஒருத்தர் வேகமா ஆட்டிக்கொண்டே இருக்க... பம்பை, கோயில் மேளம், பறை மேளம் எல்லாம் ஒரே நேரத்துல வேகவேகமா அடிக்க பெரிய தாம்பாளத் தட்டுல கற்பூரத்தை கொளுத்திக் காட்டிக்கொண்டே ஒருவர் வர, இன்னொருவர் விபூதியை கூழ் குடங்கள் மேலத் தூவிக் கொண்டே போனார். ஒருவழியாக படையல் நடந்துகிட்டே இருந்தது.

“ஏம்மா! எப்பம்மா, நம்ப பாத்திரத்துக்கெல்லாம் கூழ் ஊத்துவாங்க?”

“கொஞ்சம் பொறுடி... இப்ப வந்து ஊத்துவாங்க!”

“இல்லம்மா! எங்கூட படிக்கிற பசங்க அவுங்க அப்பா, அம்மாக்கூட கோயில் உள்ள இருக்கிறாங்க! நான் கூழ் வாங்க பாத்திரத்தோட கோயிலுக்கு வெளியே நிக்கிறேம்மா! எனக்கு வெட்கமா இருக்கும்மா!”

“ஏய்! பாத்திரத்தை யெல்லாம் இப்படி வரிசையாக வச்சிட்டு பின்னாடி போயி தூரமா நில்லுங்க!”ன்னு சொல்லிக்கிட்டே ஒரு பெரிய நீட்டுக் கோலால எங்கள எல்லாம் அடிச்சி வெரட்டனாரு ஒருத்தர். அதுபோல மூனு பேரு எங்கள எல்லாம் அடிச்சி வெரட்டி ஒழுங்குபடுத்திக் கொண்டே இருக்கும்போது, ஒருத்தர் கோலால அடிக்கும் போது அந்தத் தடி எனது சோத்துக்கை மேல பட்டது.

அவ்ளோதான் நான் வலியால துடிதுடிச்சுப் போனேன். “அய்யோ! எம் புள்ளையை அடிக்காதீங்க மூத்தவரே! அவ கொழந்தைங்க”ன்னு சத்தம் போட்டு தடுத்த எங்கம்மா அப்படியே மயங்கி வீழ்ந்துடிச்சு. நானும் வலியைப் பொறுத்துக்கொண்டு அம்மாவைக் கட்டிப் புடிச்சிக்கிட்டு ஒரு ஓரமா ஒதுங்கி நின்னுட்டோம். என் கையில தோள்பட்டைக்குக் கீழ் சட்டுன்னு போர்... போர்ன்னு வீங்கிடுச்சு. ரத்தம் கசிஞ்சி என் சட்டை வழியே ஒழுக ஆரம்பிச்சுடுச்சு.

என்னை அடிச்சவரு எங்கூட படிக்கிற பையனோட சித்தப்பான்னு எனக்குத் தெரியும். என்ன செய்யறது. அம்மா என்னைக் கெட்டிமா அணைச்சு புடிச்சுக்கிட்டே, அப்படியே கூழ் ஊத்தி வச்சிருந்த பாத்திரத்தை யெல்லாம் தூக்கிட்டு நேரா வீட்டுக்கு கூட்டிவந்துடுச்சு. அடுத்த நாள் முதல் எனக்கு ஜொரம் வந்துடுச்சு. அம்மாதான் என்னை தர்ம ஆஸ்பத்திரிக்கு கூட்டிட்டுப்போயி கட்டுப் போட்டு

மாத்திரையெல்லாம் வாங்கிக் கொடுத்துது. அப்புறம் காயம் ஆறி ஒடம்பு சரியாவ பத்து நாளுக்குமேல ஆயிட்டுது.”

ஒரு சொம்புக் கூழுக்காக அன்னைக்கு எங்கம்மாக் கூட போயி ஊர் தெரு அண்ணங்கிட்ட நான் பட்ட அடி இன்னும் என் கையில தழும்பா இருக்குதடி. அப்படி ஏற்பட்ட வலி இன்னும் என் மனச விட்டு ஆறலடி. இது என்ன? பாண்டிய மன்னங்கிட்ட சிவபெருமான் வாங்கின அடியா? என்னைப்போல எத்தனையோ பெண் குழந்தைகளுக்கு இது போன்ற வலிகள் வெவ்வேறு விதமா இந்தச் சமுதாயத்தில இருந்துக்கிட்டே இருக்கும்மா! இது ஒருவேளைக் கூழுக்காக நான் பட்ட அடி.

என்ன செய்யறது. ஒங்க ஹாஸ்டல்ல நல்ல சாப்பாடு கிடைக்குதுன்னு எழுதியிருந்தே! என்னோட பழைய கதையை நினைச்சுக்கிட்டேம்மா! ஒனக்கு நான் பதில் கடுதாசி எழுதலம்மா!

□

4

பெண் உடலும் வலியும்...!

"நான் நல்லா வளர்ந்துவிட்டேம்மா! எனக்கே நல்லாத் தெரியுது. என் சட்டையெல்லாம் டைட்டா இறுக்கமாகத் தெரியுதம்மா!"ன்னு மன மகிழ்ச்சியுடன் கடிதத்தில் எழுதியிருந்தாய். எனக்கு எனது மகளின் வளர்ச்சியில் மகிழ்ச்சி இருக்காதாடா செல்லம்.

மகளே! தன் மகள் வளர, வளர ஒவ்வொரு அம்மாவுக்கும் அடி வயித்தை கலக்க ஆரம்பிச்சிடும்மா! மகன் வளர்வதில் இருக்கும் மகிழ்ச்சி, மகள் வளர்வதில் இருக்காதும்மா! அது தாம்மா! எல்லா அம்மாக்களின் மனசிலேயும் மறைந்திருக்கும் உண்மை.

ஒரு பொண்ணு குண்டா இருந்தா குண்டம்மா! ஒல்லியா இருந்தா ஒட்டாம் பாறை! குள்ளம்மா இருந்தா குள்ளம்மா, ஒன்றறை அடி ஒய்யாலு! உயரமா வளந்திருந்தா நெட்டைப் பனைமரமாதிரின்னும் அவுங்கவுங்க ஒரு பேரை வச்சி கூப்பிட ஆரம்பிச்சிடுவாங்க.

நாம பிறக்கும் போது நமக்கு பல்லு இருக்காதும்மா! ஆனால் ஒரு வயசுல பல்லு முளைக்கும். அதுபோல பெண் குழந்தைகள் பத்து வயசு அளவுல மார்பகம் வளர ஆரம்பிக்கும். ஆம்பள புள்ளைங்களுக்கு பதினாறு வயசுக்கு மேல மீசை மொளைக்க ஆரம்பிச்சிடும். இதெல்லாம் இயற்கையா எல்லா உயிர்களிலும் இருக்கும்தான். கோழியில சேவக் கோழிக்கு கொண்டை, ஆண் மயிலுக்குத் தோகை, ஆண் சிங்கத்துக்கு கழுத்துல பிடரி, ஆண் யானைக்குத் தந்தம். இப்படி ஒவ்வொரு உயிருக்கும் ஒவ்வொரு மாதிரி ஆண் பெண் அடையாளங்கள் இருக்கும் தான். இப்போ உன் உடல் வளருது. அதான் சட்டை இறுக்கமா தெரியுது.

எனக்கு ஒரு பத்து வயசு இருக்கும் போது எங்கம்மாக்கூட புல்லு அறுக்க கொல்லிக்குப் போனேன். எங்க வீட்ல இருந்து ஒரு பனந்தோப்பு வழியா போயித்தான் கொல்லிக்கும் போகணும். அந்தப் பனந்தோப்பு வழியில ஒரு ஒத்தையடிப் பாதை. அம்மா முன்னேயும் நானு பின்னாடியும் போயிட்டுருந்தேன். அப்போத்தான்

அம்மாவுக்கு மூனாவது கொழந்தைப் பொறந்து மூனு மாசம் ஆகியிருக்கும்.

"ஏண்டி கண்ணம்மா, ஒரு சட்டைத் தச்சி போட்டுக்கக் கூடாதா?" பனைமரத்தில் ஏணியைச் சார்த்திவிட்டு ஏணிமேல ஏறி பின்னர் மரம் ஏற வசதிக்காக வடக் கயிறை பூட்டியபடி கேட்டாரு தர்மலிங்க கிராமணி.

"ஏவ் மாமா, எனக்கு என்ன? நோம்புதா, பொடைக்குதா! இங்க ஏன் பாக்கற! அங்க ஒன் வடக்கயிற பார்த்து பூட்டி ஒழுங்கா மரம் ஏருர வேலையைப் பாரு! சரியா வடத்தப் பூட்லன்னா, பாதி மரத்துல இருந்து நட்டுக்குனு வூந்துருவயா! அப்புறம் நாங்கதான் ஆஸ்பத்திரிக்கு ஆள வச்சி தூக்கிப் போவனும். பக்கத்துல எம் பொண்ணு இருக்கானு பாக்கறேன்! இல்லன்ன வண்ட வண்டையாக கேட்டுடுவேன்! ஆமா!"

அந்த பதநீர் மரம் ஏறும் தர்மலிங்கம் பெரிப்பா, ஊர் தெருவுல கிராமணிமார் தெருவுல இருக்கிறவர். எங்கச் சேரி செனங்களும், அந்த மரம் ஏறும் சானார் செனங்களும் ஒன்னுக்கொன்னு மாமா, மச்சான், அண்ணன், தம்பின்னுதான் கூப்ட்டுக்கோவோம்! ஆனால் அன்றைக்கு அம்மாவப் பார்த்து பாதி பனைமரத்துல இருந்தபடி சட்டை தச்சி போட்டுக்கடின்னு ஏன் கேட்டார்னு அப்ப எனக்குப் புரியில.

"ஏம்மா! அந்தப் பெரிப்பா உன்னைப் பார்த்து சட்டை போட்டுக்கடின்னு கேக்கராறு! நீ என்னை மாதிரிச் சின்னப் பெண்ணா சட்டை போட்டுக்க" அம்மாகிட்ட கேட்டேன்.

"அடி ஏய்! சும்மா வாடி! அந்த மனுஷன்தான் தமாஷ் பண்ணிட்டு அப்படிக் கேக்கறாரு! வரப்புல முள்ளு இருக்கு பாத்து நடந்துவாடின்னு" அம்மா எம் பேச்சை மாத்திட்டுது.

அப்போ எனக்குப் புரியல... ஆனால் எனக்கு வயசாயி பெரிய பொண்ணா ஆனப்பிறகுதான் ஒண்ணு, ஒண்ணா புரிய ஆரம்பிச்சுது. கொழந்தை பொறந்து இருந்த எங்கம்மாவின் மார்பு பால்கட்டிக் கொண்டு பெரியதாக இருந்ததைப் பார்த்துதான் அந்தப் பெரிப்பா அப்படி கேட்டார்னு புரிஞ்சுது.

பெண்களுக்கு மார்பகங்கள் வளர்வது என்பது அவள் கருவுற்று குழந்தை பெற்றபின் குழந்தைக்கு தாய்ப்பால் கொடுப்பதற்கான உறுப்பு. சுமார் பத்து வயது அளவில் வளர ஆரம்பிக்கும்

மார்பகங்கள், அவள் கர்ப்பமாகிவிட்டாலே தாய்ப்பாலை உற்பத்தி செய்வதற்குண்டான ஆரம்பகட்ட செயல்களில் ஈடுபட ஆரம்பித்துவிடுகின்றன. மார்பகங்கள் எப்படி தாய்ப்பாலை உற்பத்தி செய்கின்றன? ரத்தம் எப்படி தாய்ப்பாலாக மாறுகிறது? என்பதெல்லாம் எல்லா பாலூட்டி உயிரினங்களுக்கும் ஒரு இயற்கையான அல்லது விந்தையான செயலாகும்.

ஒரு குழந்தை பிறந்தவுடன் அழும்போது கண்ணீர் வருவதில்லை. ஏன் என்றால் பிறந்த குழந்தைக்கு கண்ணீர் சுரந்திருக்காது. கண்ணீர் சுரப்பியில் கண்ணீர் சுரப்பதற்கு சில மாதங்கள் ஆகும். மூன்று மாதங்களுக்குப் பிறகுதான் கண்ணீர் சுரப்பியில் கண்ணீர் சுரந்து பின்னர்தான் குழந்தை அழுதால் கண்ணீர் வரும். தென்னை மரத்தில் இளநீர், பனைமரத்தில் நுங்குநீர், ரப்பர் மரத்தில் பால் உருவாவது போல பெண்களின் உடலில் உள்ள ரத்தத்திலிருந்து தேவைப்படும் காலத்திற்கு, தேவைப்படும் நேரத்திற்கு ரத்தமே பல்வேறு செயல்முறைகளில் தாய்ப்பாலாக உருமாறி உற்பத்தியாகிறது.

முழுக்க முழுக்க ஹார்மோன்களாலும், முழு நோய் எதிர்ப்பு சக்தி பொருட்களாலும், வைட்டமின்கள், தாதுப்பொருட்கள், புரதப் பொருட்கள், சர்க்கரை சத்துக்கள், கொழுப்புச் சத்துக்கள் முதலியவைகளால் அடைக்கப்பட்ட அற்புதமான தாய்ப்பால் என்கிற அமுதத்தை சுமந்து கொண்டிருக்கும் அட்சய பாத்திரம்தான் தாய்மையடைந்த ஒரு பெண்ணின் மார்பகங்கள்.

பெண்ணின் ஒவ்வொரு மார்பகத்திலும் இருபது மடல்கள் கொண்ட சுரப்பிகள் உள்ளன. சுரப்பிகளின் மொத்த உருவம்தான் மார்பகங்கள். ஒவ்வொரு மார்பகத்திலும் உள்ள இருபது சுரப்பிகளும், ஹார்மோன்களால் தூண்டப்பட்டு, பெண்ணின் இரத்தத்தை உறிஞ்சி தாய்ப்பாலாக மாற்றித் தருகின்றன. இந்த இருபது சுரப்பிகளின் மொத்த உருவம்தான் ஒரு மெமரிசுரபி என்ற பெரிய சுரபியாக மாறி மார்பகம் பெரிதாகிறது.

இந்த இருபது சுரபிகளும் மார்பகத்தின் நடுவில் உள்ள காம்பில் முடியும்படி வடிவமைந்திருக்கும். பாலூட்டும் பெண்களுக்கு மார்பக சுரப்பிகளில் பால் நிரம்பியவுடன், அது மார்பக காம்பை சற்று பெரியதாக்கிவிடும். அந்தக் காம்புதான் குழந்தைக்கு தாய்ப்பால் நிரம்பியதை உணர்த்தி, குழந்தையைப் பால்குடிக்க தூண்டும்.

எந்தக் காளை மாடும் பசு மாட்டோட மடியைப் பார்த்து இணையறுது இல்லை. எந்த ஆட்டுக் கிடாவும் அந்த மறிக்கை ஆட்டின் காம்பைப் பார்த்து ஆசைப்பட்டு இணைவது இல்லை. அது சிங்கமோ, புலியோ, மானோ, யானையோ, பூனையோ தன் பெண் இனத்தின் மடியையோ, பாலூட்டும் காம்புகளையோ, நிறத்தையோ, உயரத்தையோ பார்த்து ரசிப்பதில்லை. உற்றுப் பார்ப்பதும் இல்லை. ஆனால் இந்த மனுஷர்களில் மட்டும்தான் பெண்ணின் மார்பையும், நிறத்தையும் கண்டு ஈர்ப்பு கொள்வதும், ஆபாச உறுப்புகளாக பார்ப்பதும் நடக்கிறது. இதைத்தான் ஆறறிவு மனிதர்கள்னு நாமே கூறிக்கொள்கிறோம்.

என்னடி உலகம் இது! என்னடி மனித ஜாதி இது!

அம்மாடிச் செல்லம். நீ வளர ஆரம்பிச்சிட்ட. அதனால உடம்புல சில உறுப்புகளும் வளரும். நீதான் ஜாக்கிரதையா உடைகளை அணியணும். உனக்கு உங்கப் பள்ளிக் கூடத்திலேயும், ஹோம்லேயும் ஸ்கேட்டுக்கு பதிலா சுடிதார் கொடுப்பாங்கன்னு நினைக்கிறேம்மா.

எனக்கு உன்னைப் போல பத்து வயசு இருக்கும்போது ஒருநாள் என்னோட பாப்பாவுக்கு பால்குடுத்து கூட்டிவர கொல்லிக்கு தூக்கிட்டுப் போனேன்.

வரதப்பிள்ளை வயல்ல எங்கம்மா சுமாரா பதினைந்து பெண்களுடன் நடவு நட்டுக்கிட்டு இருந்தது.

“ஏன்டி கண்ணம்மா, ஒரு கால் சட்டை மாட்டிக்கிட்டு நடவு நட வந்திருக்கலாமே”ன்னு வரப்புல கொடைபிடிச்சிக்கிட்டு நின்னுட்டு இருந்த வயல் காட்டு முதலாளி, அம்மாவைப் பார்த்து கேட்டார்.

எனக்கு அப்போது, ‘அவர் ஏன் அம்மாவை மட்டும் கால்சட்டை போட்டுக்கச் சொன்னார்னு புரியல பிறகுதான் புரிய வந்தது. முழங்கால் சேத்து வயல்ல இறங்கி நடவுநட வசதியாக தன்னுடைய புடவையை பாவாடையோடு முழங்காலுக்கு மேல மடிச்சி செருகி இருந்தாங்க அம்மா! அம்மாவின் முழங்காலுக்கு மேல் தெரிந்த தொடை அந்த வரதப் பிள்ளை ஐயாவின் கண்ணை உறுத்திட்டுதுன்னு.

மகளே! பெண்ணோட காலு தெரிஞ்சாலும், மொகந் தெரிஞ்சாலும், குனிஞ்சாலும், நிமிர்ந்தாலும், நடந்தாலும் கவர்ச்சியா, ஆபாசமா பார்க்கிற இந்த சமூகத்திலே சில ஆண் வர்க்கத்தின் கழுகு கண் பார்வையில் தான் நானும் வளர்ந்தேன். நீயும் வளர்ந்துக்கிட்டே இருக்கேமா! இதுவும் பெண்ணோட வலிதாண்டாச் செல்லம்!

□

5

பெரிய பொண்ணு....

“என் வகுப்புத் தோழி ஒருத்தி பெரிய பொண்ணு ஆகிட்டாளாம்! அப்படின்னா என்னம்மா?” என்று கேட்டிருந்தாய்!

மகளே! எனக்கு அப்போது பதிமூனு வயது. எங்கவூர் அரசுப் பள்ளியில எட்டாம் வகுப்பு படித்துக் கொண்டிருந்தேன். அரை ஆண்டுத்தேர்வு நடந்து கொண்டிருந்தது. அடுத்து சில நாட்களில் அரையாண்டு விடுமுறை விடப்போகிறார்கள். தேர்வு எழுதிக் கொண்டிருந்த போதே எனக்கு அடி வயிற்றில் வலிக்க ஆரம்பித்தது. எனக்கு ஏதோ போல் தோன்றியது. ஒன் பாத்ரூம் போக வேண்டும் போல் இருந்தது. தேர்வு அறையில் ஒரு ஆசிரியர் இருந்தார். மிகவும் நல்லவர் என்றாலும் நான் அவரிடம் சென்று ஒன் பாத்ரூம் போக வேண்டும் என்று ஒருவிரல் காட்டி கேட்பதற்கு வெட்கமாக இருந்தது. சற்று வயிற்று வலியையும் பொறுத்துக்கொண்டு அமைதியாகிவிட்டேன்.

திடீரென்று பச்சையம்மாள் என்கிற டீச்சர் வகுப்பறைக்குள் வந்தார்கள். அவர் எங்கள் தேர்வு அறையிலிருந்த முருகன் ஆசிரியரை அனுப்பிவிட்டு தேர்வு அறைக்கு பொறுப்பு ஏற்றுக்கொண்டார். பச்சையம்மாள் ஆசிரியை எங்கள் எல்லோருக்கும் பிடிக்கும். பெண் குழந்தைகளின் உரிமைகள் பற்றியும், உடைகள் பற்றியும், பெண்களின் வீரம் பற்றியும், வாசிக்க வேண்டிய அவசியம் பற்றியும் எங்களிடம் அடிக்கடி பேசுபவர். அவர் ஒரு ஆசிரியர் மட்டுமல்லாமல் எங்களுக்கெல்லாம் ஒரு அம்மாவாக உரிமையுடன் உரையாடுபவர். அந்த டீச்சர் வகுப்பறைக்குள் நுழைந்தவுடன் எனக்கு வயிற்றுவலி குறைந்ததுபோல ஓர் உணர்ச்சியும் ஏற்பட்டது.

“மிஸ்!” என்று எழுந்து நின்றேன்.

“என்னடி?” என்று அருகில் வந்தவர்கள், என்னிடம் விவரம் கேட்க, நானும் எனது நிலைமையைக் கூறினேன். தனியாக என்னை அழைத்துச் சென்ற மிஸ், என்னை பாத்ருமுக்கு அழைத்துச் சென்றார்கள். எனதுப் பள்ளிச் சீருடை எனது வயிற்றுவலி

அனைத்தையும் பார்த்துவிட்டு என்னைத் தேர்வு எழுத வேண்டாம், என்று கூறி பெண் ஆசிரியைகள் ஓய்வறையில் உட்கார வைத்துவிட்டு, ஆறாம் வகுப்பில் படித்துக் கொண்டிருந்த எனது தங்கை ஒருத்தியை வரவழைத்தார்கள். எங்கள் வீட்டு முகவரியெல்லாம் கேட்டுக்கொண்டு, தனது ‘டூ வீலர்’ வண்டியில் என்னை உட்கார வைத்துக்கொண்டு நேராக என் வீட்டுக்குச் சென்று என்னை இறக்கிவிட்டு, பக்கத்து வீட்டு பெரியம்மாவிடம் ஏதோ சொல்லிவிட்டு வந்துவிட்டார்கள்.

மாலை இரண்டு மணியிலிருந்தே மேகம் சூழ்ந்துகொண்டு லேசாக பிசு, பிசு தூறல் இருந்து கொண்டுதான் இருந்தது. “நேற்றிலிருந்து கோழிங்க செறகு காஞ்சுது, தும்பிங்க கூட்டமா கிட்டேயே பறந்துக்கிட்டு இருந்தது, அப்பவே நெனச்சேன் சரியான மழைப் பேயப்போவுதுன்னு, பாருங்க மப்புகட்டிக்குனு மழை பெய்ய ஆரம்பிச்சிடுச்சு”ன்னு சொல்லிக்கிட்டே எங்க வீட்டு மாட்டையும் பிடிச்சும் போயி கொட்டாயில் கட்டினாங்க! எங்க சித்தி ஒருத்தர்.

“ஏய் மாலதி, வீட்டுக்குள்ளே போவாத. அப்படியே திண்ணையிலே கொஞ்ச நேரம் உட்காருடி! உங்கம்மாவை கொல்லியிலிருந்து கூட்டிவர ஆள் அனுப்பியிருக்கிறேன்னு” சொன்னாங்க.

மாலை ஐந்து மணிக்கெல்லாம் சூரியன் மறைந்து இருள் கவ்வியது. வேலியில படர்ந்திருந்த பீர்க்கங்கொடி அழகாக பூக்கத் தொடங்கிவிட்டது. காட்டுக்கு மேயச் சென்ற மாடுகள் தனது வாலைத் தூக்கிக்கொண்டு வீட்டை நோக்கி ஓடிவந்து சேர ஆரம்பித்துவிட்டன. “பொழுது போய்விட்டது, அடுப்பப் பத்த வைக்கனும்”னு சொல்லியபடியே கூரைமேலே புகை போகும் வீட்டை நோக்கி சில பெண்கள் நெருப்பு (கங்கு) எடுத்துவர சென்று கொண்டிருந்தனர். “பொழுது போய், வெளக்க ஏத்தன பிறகுதான் நெருப்பு எடுக்க வருவாளுங்க”ன்னு முணுமுணுத்துக் கொண்டே அடுப்பை ஊதி எரியவிட்டுக் கொண்டிருந்தாள், கோடி வீட்டு குப்பம்மா பாட்டி.

ரங்கநாதக் கவுண்டர் வீட்டுக் கொல்லியில களை புடுங்க சென்றிருந்த கண்ணம்மா, களை முடிஞ்சி, கூலிய வாங்கிட்டு அப்படியே, வீட்டுல போன மாசம் கன்னுப்போட்ட பசுமாட்டுக்கு கொஞ்சம் புல்ல அறுத்துக் கொண்டிருந்தாள். மழைத்தூறல் சற்று

அதிகமாகவும், சில்லுனு வாடைக்காற்று வீசவும் முந்தானையால தலையை மூடிக்கொண்டு புல்லுக் கூடையை தூக்கி இடுப்பில் வைத்தாள். பெரிய வரப்பு மேல வேகமாய் ஓடிவந்த சின்னாயி.

“அடி ஏய்! கண்ணம்மா! நடந்து சீக்கிரமா வாடி! ஒம் பொண்ணு ‘மாலதி’ புட்டுக்கிட்டு உட்கார்ந்துட்டாடி” இஸ்கோல்ல இருந்து ஒரு டீச்சரம்மா கொண்டாந்து இறக்கிவிட்டுட்டு போயிட்டாங்க!”

“என்னா சொல்ற சின்னாயி!?”

“அடிக் கேனச் சிறுக்கியாடி நீ! ஒம் பெரிய பொண்ணு மாலதி, பெரிய பொண்ணாயிட்டாளாண்டி. இஸ்கூல்ல இருந்து வூட்டுக்கு வந்துட்டாடி” சொல்லி முடிச்சுது சின்னாயி.

“அய்யய்யோ! என்னாடி இது! மாரியாத்தா! கையில பத்துப் பைசாகூட இல்ல. இந்த காத்து மழையில் இப்படி வந்து உக்காந்துட்டாளே!”

புல்லுக் கூடையை இடுப்பில் சுமந்தபடி வேகமாக வீட்டை நோக்கி நடந்தாள். போவும் போதே ஒரு வேப்ப மரத்துல எட்டித்தாவி ஒரு பிடி வேப்பிலையை ஒடிச்சி மடியில வேச்சுக்கிட்டு நடந்தாள்.

மழை வலுத்தது, கூடவே காற்றும் வீச ஆரம்பித்துவிட்டது.

“தெற்கத்தியான் வீச ஆரம்பிச்சுட்டான், வடக்கத்தியான் திரும்புற வரைக்கும் இந்தக் காத்து மழை நிக்காதுடா!” என்று கூறிய ராமசாமி முதலியார் கையிலிருந்த குடை பிய்த்துக்கொண்டு காற்றில் பறக்க ஆரம்பித்தவுடன், இறுக்கமாக பிடித்துக்கொண்டு, ஊர் தெருவில் நடந்து கொண்டிருந்தார். தெற்குப் பக்கத்திலிருந்து வீச ஆரம்பித்த புயல் வலுப்பெற்று சுழன்றடித்து, வடக்கு பக்கம் திரும்பி வீசி அடித்து பின்புதான் ஓயும் என்பது அவருடைய கருத்து.

ஒரு வழியாக முக்காடு போட்டு வந்து கொண்டிருந்த கண்ணம்மா முழுவதும் நனைந்து போய், துகிலுரிக்க முயன்ற வாயு பகவானிடமிருந்து, புடவையை ஈரமாக்கி மானத்தைக் காப்பாற்றிக் கொண்டிருந்தார் வருண பகவான்.

புல்லுக் கூடையுடன் வீட்டுக்கு வந்தக் கண்ணம்மா, தாய்ப்பசுவுக்கு எதிரில் புல்லுக் கூடயை வைத்துவிட்டு வீட்டுக்குள் நுழைந்தாள்.

மாட்டுக் கொட்டகைக்கும், குடியிருக்கும் வீட்டுக்கும் பெரிய வித்தியாசம் இல்லை. மாட்டுக் கொட்டகைக்கு கதவு இல்லை. வீட்டுக்கு ஒரு மூங்கில் தட்டியால் செய்யப்பட்ட கதவு என்ற பெயரில் ஒன்று; சைக்கிள் செயின் கீல் முளையாக ஆடிக்கொண்டிருக்கும். ஒரு இரும்புச் சங்கிலி தாழ்ப்பாளாக இயங்கிக் கொண்டிருக்கும். அதில் ஒப்புக்கு ஒரு பூட்டுத் தொங்கும். பூட்டிய வீடு என்ற அடையாளத்துக்காக.

கையில் எடுத்துவந்த வேப்பிலைக் கொத்துவுடன் கைப்பிடி உடைந்து வீட்டில் கிடந்த கதிர் அறுக்கும் உடைந்த அருவாள் ஒன்றையும் சேர்த்து மாலதி கையில் கொடுத்தாள் கண்ணம்மா.

“ஏம்மா! இந்த வேப்பிலையும், இரும்பும் எதுக்கும்மா?” என்று நான் கேட்டேன்.

“அடி ஏய்! காத்து கருப்பு அண்டாமல் இருக்கத்தாண்டி இந்த வேப்பிலையும், இரும்பும்”

எந்தக் காத்து? எந்தக் கருப்பு? எனக்கு ஒண்ணும் புரியல. ஆனால் ஒட்டுத் திண்ணையில் உட்கார்ந்திருந்த நான், மழை சாரல் மறைவுக்கு தட்டிகட்டி வைத்திருந்த பெரிய திண்ணைக்கு மாற்றப்பட்டேன். இரவு முழுவதும் அந்தத் திண்ணையில் ஊதல் காத்து, சாரல் மழையில் தனியாகவே படுக்க வைக்கப்பட்டேன். ஒத்தைக் கோரைப் பாய்கூட இல்லை. இதுவரை ஒரே கோரைப்பாயில் நானும் எனது அடுத்த இரண்டு தங்கைகளும் சேர்ந்து மூன்று பேராய் சுருட்டிக் கொண்டு படுத்துக்கிடப்போம். ஆனால் அன்று ஒருநாள் இரவு முழுவதும், அந்த வேப்பிலைக் கொத்தும், இரும்புத் துண்டும்தான் எனக்குத் துணையாம். அம்மா எனது கடைசி தங்கச்சி பாப்பாவைப் போட்டுக்கொண்டு விட்டுவழி நடையில் படுத்திருந்துச்சு.

காற்றுடன் மழையும் சேர்ந்து பலமாக வீசத் தொடங்கியது. அடிக்கும் புயல்காற்றில் கூரை பிய்த்துக்கொண்டு, ஒவ்வொரு ஓலையாக பிய்த்துக் கொண்டு பறக்க ஆரம்பித்துவிட்டன. ஒரு லைட் சர்வீஸ் பல்பும் கரண்ட் கட்டால் நின்று போய்விட்டது. நான் திண்ணையிலும், அம்மா வாசல் வழியிலும் புயல் சாரலை தடுக்க முடியாமல் உட்கார்ந்தபடியே கிடந்தோம்.

இரவு ஒரு மணி இருக்கும். மாட்டுக் கொட்டகையில் கட்டியிருந்த மாடுகள் கத்த ஆரம்பித்துவிட்டன. எங்களுக்கு என்ன

செய்வதென்றே புரியவில்லை. வீடுமுழுவதும் ஆங்காங்கு ஒழுகியதால் வீடு முழுவதும் ஒரு ஜான் உயரத் தண்ணீர், உள்ளே படுத்திருந்த அப்பாவும், தங்கையும் ஒரு கைவிளக்கை ஏற்றிக்கொண்டு ஒட்டுத் திண்ணைக்கு குடிவந்து சேர்ந்தனர் வீட்டு உள்ளே தேங்கிய மழைநீரை அம்மாவும், தங்கைகளும் சேர்ந்து இறைத்து எடுத்து ஊற்றிக்கொண்டிருந்தனர். காற்றின் வேகம் அதிகமாகிக் கொண்டே இருந்தது.

எங்கள் காலனியில் நிறைய வீடுகளிலும் இதே நிலைதான். மின்சாரம் நின்று போனதால் ‘கா’ விளக்கின் உதவியுடன் தண்ணீர் இறைக்கும் வேலையும், ஒழுகும் கூரைக்கு ஃபிளக்ஸ் போர்டு பேனர் கொண்டு இழுத்துக்கட்டி மழை ஒழுகலையும் காற்றின் வேகத்தையும் தடுக்க முயன்று தோல்வி அடைந்து கொண்டிருந்தனர். மழையையும் புயலையும் சமாளிக்க முடியாமல் ஊர் தெருவில் இருந்த ஆரம்பப் பள்ளிக் கூடத்துக்கு பிள்ளைக் குட்டிகளை வாரி அணைத்துக் கொண்டு ஓடி ஒதுங்க ஆரம்பித்தனர்.

ஒன்றிரண்டு முதுகெலும்பு தெம்பாய் இருந்த வீட்டுக் கூரை உள்ளவர்கள் ‘உயிர்போனாலும் இங்கேயே போகட்டும்’ என்று தங்கிவிட்டனர். அப்பாவும் எனது இரண்டு தங்கைகளையும் வாரி அணைத்துக் கொண்டு புயல் காற்றில் ஒடிந்து விழும் மரக்கிளைகளினிடையே புகுந்து புகுந்து பள்ளிக் கூடம் நோக்கி ஓடினார். ஒருவழியாக தங்கைகளை பள்ளிக் கூடத்தில் உட்கார வைத்து ஒரு புடவையால் போர்த்தி விட்டுவிட்டு திரும்பவும் எங்களை அழைத்துப்போக ஓடி வந்தார். வரும் வழியில் ஒரு ஒதியமரக்கிளை காற்றில் உடைந்து உருண்டு வந்து அப்பாமேல விழுந்து போச்சி. “அய்யோ” என்று அங்கேயே விழுந்தார் அப்பா. கடும் புயல் மழையில் ஓடிவந்த பக்கத்துவீட்டு சித்தப்பா, மரக்கிளையை தூக்கி ஒதுக்கி வைத்துவிட்டு அப்பாவைக் கைத்தாங்கி கூட்டிவந்தார். அப்பாவின் காலில் காயம், வீக்கம், நடக்க முடியவில்லை. ஒட்டுத்திண்ணையில் படுத்துக்கிடந்தார்.

புயலின் உக்ரமும், வேகமும் கூடிய நேரத்தில் மாட்டுக் கொட்டகை மீது ஒரு மரம் விழுந்து, கொட்டாய் ஆட்டம் கண்டது. கொட்டகையில் கட்டியிருந்த மாடுகள், கத்திக்கொண்டே கட்டிய கயிறுகளை இழுத்து வெளியே ஓட துடித்தன. புயல் மழையில் நனையாமல் இருக்க ஒரு சணல் கோணிப்பையை தலையில் மாட்டிக் கொண்டு, ஓடிப் பார்த்தாள் அம்மா.

'அய்யோ!' மாடெல்லாம் மாட்டிக்கிச்சே! கொஞ்சம் யாராச்சும் ஓடியாங்களேன்'' கத்தினாள் அம்மா.

யார் வருவார்கள்? அவரவர் உயிர் பிழைத்தால் போதும் என்று ஓடிக் கொண்டிருந்தார்கள். அப்பாவால் எழுந்து நிற்க முடியவில்லை. ''மாடு போனாப் போவுது! நீ உள்ள வாடி!'' அப்பா சத்தம் போட்டார்.

ஈரமாக் கிடந்த வத்திப் பெட்டியைத் தேடினேன். பலமுறை முயன்று குச்சுகளைத் தேய்த்து ஒரு வழியாக விளக்கை கொளுத்தினேன். ''உள்ளே போக வேண்டாம்'', என்று எனக்கு கொடுக்கப்பட்ட லட்சுமண ரேகையைத் தாண்டி வீட்டின் உள்ளே சென்று நடுவீட்டின் எரவானத்தில் செருகியிருந்த கொடுவாக் கத்தியைக் கண்டு பிடித்துவிட்டேன். காற்றின் வேகத்தில் 'கா' விளக்கும் அணைந்து போனது. தீக்குச்சி ஒன்று கூட மீதமில்லை.

தடவித் தடவி மாட்டுக் கொட்டாய் அருகே புலம்பியபடி நின்றுகொண்டு இருந்த அம்மாவிடம் சென்றேன்.

''எம்மா! நீ கொஞ்சம் தள்ளுமா!''

கொடுவாக் கத்தியுடன் சென்ற நான் அம்மாவைத் தள்ளிவிட்டு குப்புற கவிழும் நிலைக்கு தயாராக, கடும் புயலின் வேகத்தில் ஆடிக் கொண்டிருந்த மாட்டுக் கொட்டகையில் துணிச்சலாக நுழைந்தேன். கட்டியிருந்த மாடுகளின் கயிறை அவிழ்த்துவிட நேரமில்லாததால் ஓங்கி, ஓங்கி கொடுவாளால் வெட்டி யெறிந்தேன். கன்றுகளோடு எட்டு மாடுகளையும் கயிறுகளை வெட்டி விடுவித்தேன்; கயிறு அறுபட்ட மாடுகள் ஒவ்வொன்றாக கத்திக்கொண்டே ஓடின. கடைசி மாட்டின் கயிறையும் வெட்டி விடுத்த நான் துள்ளித்தாண்டி கொட்டகையை விட்டு வெளியே ஓடிவரவும், கண் இமைக்கும் நேரத்தில் கொட்டகை அடியோடு சாய்ந்தது மாடுகளுடன் நானும் தப்பினேன்.

புயலும் மழையும் இரவு மூன்று மணி அளவில் படிப்படியாக குறையத் தொடங்கியது. முழுவதும் நனைந்திருந்த நான் வேறு துணியும் மாற்றிக்கொள்ள இல்லாததால், பள்ளிக்கூட சீருடையோடு திண்ணையில் அம்மா, அப்பாவுடன் உட்கார்ந்துகொண்டு புயல்காற்றையும், மழைச் சாரல்களையும் வேடிக்கைப் பார்த்துக் கொண்டிருந்தேன். மாமரக்கிளைகள், தென்னை மர ஓலைகள், தென்னை மரக்குலைகள், முருங்கை மரக்கிளைகள் வீடுகள் பிய்ந்து பறந்துவந்த தென்னங்கீற்றுகள், பனை ஓலைகள் அலுமினியப்

பாத்திரங்கள் போன்றவை ஒரு பர்லாங்கு தூரம் பறந்து வந்தவைகள் ஆங்காங்கே நிற்க ஆரம்பித்தன. வடக்கத்தியான் ஓங்கி அடித்து, அடித்து ஓய்வெடுக்க ஆரம்பித்துவிட்டான்.

பள்ளிக்கூடத்தில் தஞ்சம் புகுந்த இரண்டு பெண்பிள்ளைகளை அழைத்துவர அம்மா புறப்பட்டாள். அதிகாலை ஐந்து மணி இருக்கும், மழையால் ஊறிப்போயிருந்த வீட்டின் பக்கவாட்டு மண்சுவர் திடீர் என்று சரிந்து விழுந்துவிட்டது. நல்லவேளை வீட்டினுள் உள்ளே யாரும் இல்லாததால் யாருக்கும் பாதிப்பில்லை. ஆனால் சுவற்று ஓரத்தில் இருந்த கோழிக் கூண்டில் பதினோரு குஞ்சுகளுடன் தாய்க்கோழியும் சேர்ந்து நசுங்கி இறந்து போயிருந்தன.

மாட்டுக் கொட்டகை வீழ்ந்தது. மாடுகள் தப்பியிருந்தன ஆனால் வீட்டுச் சுவர் இடிந்து விழுந்ததில் குஞ்சுகளுடன் தாய்க் கோழியும் நசுங்கிப் போயிருந்தன. புயல் ஓய்ந்து பொழுதும் விடிந்திருந்தது. அமைதியான அலங்கோலம். காலனியின் வீடுகள் தடம் மாறிப்போயிருந்தன. யார், யார் வீட்டுக் கூரைகள் யார், யார் வீட்டு வாசலுக்கோ வந்து கிடந்தது. அவரவர்கள் தங்கள் அலுமினியப் பாத்திரங்களைத் தேடி எடுத்துச் சென்று ஒடுக்குகளை தட்டி ஒழுங்குபடுத்திக் கொண்டிருந்தனர்.

எங்கள் வீட்டு மாடுகள் எங்கு சென்றன என்று தெரியவில்லை. பள்ளிக் கூடத்தில் தஞ்சம் புகுந்திருந்த தங்கைகளை அம்மா அழைத்து வந்திருந்தாள். இரவு சாப்பாட்டுக்கு பொங்கி வடித்து வைத்திருந்த சோற்றுப் பானையில் ஒழுகிய மழைநீருடன், ஓலைத் துகள்களும் கலந்து காணப்பட்டன. சோத்துப் பானையைத் தூக்கிவந்த அம்மா மழைநீரை வடிகட்டி, ஒவ்வொரு பிடியாக எடுத்து பிழிந்து எங்கள் கைகளில் வைத்தது. இரவு முழுவதும் சாப்பிடாமல் கிடந்த எங்களுக்கு, அம்மா பிழிந்து கொடுத்த பழஞ் சோறு அமிர்தமாக இருந்தது. எப்படியோ எங்களுக்கு பசியாறிப்போனது.

கால் வீங்கி நடக்கமுடியாமல் கிடந்த அப்பாவை பக்கத்து வீட்டு சித்தப்பா, தர்ம ஆஸ்பத்திரிக்கு சைக்கிளில் கூட்டிச் சென்று மாவு கட்டு போட்டு கொண்டு வந்துவிட்டார். அரசியல் கட்சிக்காரர்களும், அலுவலர்களும் வர ஆரம்பித்துவிட்டனர். பின்பக்கச் சுவர் இடிந்துவிழுந்திருந்த எங்கள் வீட்டையும் கணக்கில் சேர்த்துவிட்டு,

"புயல் நிவாரண நிதிக்கு உங்கள் வீட்டையும் சிபாரிசு செய்து அனுப்புகிறோம்" என்று கூறிவிட்டு ஒரு நூறு ரூபாய் மட்டும் வாங்கிச் சென்றுவிட்டார் வி.ஏ.ஓ.

வீடிடிந்து, அப்பாவின் காலுடைந்து, மாட்டுக் கொட்டகையும் விழுந்த நிலையில், அம்மாவுக்கு மட்டும் என்னைப் பற்றியே சிந்தனையிருந்தது. 'மகளுக்கு தண்ணீ ஊற்றி வீட்டுக்கு அழைக்க வேண்டும், மஞ்சத் தண்ணி சுத்தனும்' இதுதான் அம்மாவின் விசனம். ஆனால் அப்பாவுக்கு எந்தப் பொறுப்பும் இல்லை. எப்போதுமே அவர் அப்படித்தான். வாரத்தில் சில நாட்கள் மட்டுமே வேலைக்குப் போவார். தினமும் குடிப்பார். மற்றபடி குடும்பப் பொறுப்பை எதையும் ஏற்றுக்கொள்ளமாட்டார். தற்போது காலில் அடிப்பட்டுப் போனது மேலும் சௌகரியமானது.

"ஹலோ! ரங்கசாமியா?"

"சொல்லுக்கா! நான் ரங்கசாமிதான் பேசுறேன்."

"இல்லப்பா! மாலதி பெரிய பொண்ணாயிட்டாப்பா!"

"ஓ.... அப்படியாக்கா! நல்ல செய்தி தானக்கா!"

"அதாம்மா! நாளைக்கு வெள்ளிக்கிழமை, சாயங்காலம் தண்ணி ஊத்தி வூட்டுக்கு அழைக்கிலாம்னு இருக்கோம் வந்துருப்பா!"

அம்மா, அவுங்க தம்பி ரங்கசாமிக்கிட்ட செல்போன்மூலம் சொல்லி முடிச்சாங்க...!

"அக்காப் பொண்ணுக்கு சடங்கு செய்யணும், எப்படியும் ஒரு இருபதாயிரம் வேணுமே! என்ன செய்யப் போறமோ!" ரங்கசாமிக்கு வெசனம் வந்துட்டு...

அம்மா கண்ணம்மா அக்கம் பக்கத்து வீட்டுக்கெல்லாம் போய் ஒரு குங்குமச் சிமிழ் மூலம் குங்குமம் கொடுத்துவிட்டு மகளுக்கு தண்ணீர் ஊற்ற அழைப்புவிடுத்து, சடங்குக்கு ஏற்பாடு செய்து கொண்டிருந்தார்.

தாய் மாமா, ரங்கசாமியும் தனது மனைவியுடன், குறைந்த விலையில் ஒரு பட்டுப்புடவை, மாலை, தட்டு வரிசையுடன் வந்து இறங்கினார்.

மாலை ஆறு மணிக்கெல்லாம், கோணிப்பை, பேனர் தட்டிகளால் நாங்கள் உருவாக்கி வைத்திருந்த மாடன் பாத்ரூமில்

என்னை உட்கார வைத்து, சல்லடை மூலம் தண்ணீர் ஊற்றி, புதுப்புடவையைக் கட்டி, சிங்காரித்து மனையில உட்கார வைக்க, தாய்மாமன் மாலை போட்டு, அத்தை முதல் நெலங்கு வைக்க அக்கம் பக்கத்து வீட்டு சித்தி, அத்தை எல்லாம் நலங்கு வைத்து, தாம்பலம் எடுத்துச் சென்றனர்.

“இப்பத்தான் மொதப் பொண்ணுக்கு மஞ்சத்தண்ணி சுத்தப்போறா! இன்னும் அடுத்தடுத்து மூனுப் பொண்ணுக்கும்... ஐயோ பாவம் கண்ணம்மா! எப்படி சமாளிக்கப் போறாளோ!” பக்கத்து வீட்டு பெரியம்மா எல்லார் காதுலேயும் விழும்படி சொல்லிக்கிட்டே போக்சு!

“அஞ்சுப் பொண்ணுப் பெத்தா அரசனும் ஆண்டியாவான்; மூனு பொண்ணு பொத்தவன் முக்காடுதான் போட்டுக்கனும்னு சொல்லுவாங்க! இப்பத்தான் மொதப் பொண்ணுக்கு ஆரம்பிச்சுடுச்சு! இன்னும் மீதிப் பொண்ணுகளுக்கு என்ன செய்யப் போறாங்களோ இந்த ராமசாமியும், கண்ணம்மாவும்,” தாம்பலம் வைத்துக் கொடுத்துகிட்டு இருந்த தங்கவேலு மாமா, சொல்லிக்கிட்டே போனார்.

திண்ணையில ஒரு பச்சைத் தென்னை ஓலையை முடைந்து கட்டி வைத்துவிட்டு என்னை உள்ளே உட்கார வைத்துவிட்டார்கள். வீட்டு உள்ளே இன்னும் மழை ஈரம் காயவில்லை. கோணி சாக்குகளை தரைமேல் போட்டு அதன்மேல் பாயைப்போட்டு தங்கச்சியெல்லாம் படுத்துக் கொண்டனர்.

மகளே! நான் பெரிய பொண்ணு ஆன கதையை நினைச்சிக்கிட்டேன் அவ்ளோதான். பிறகு கடிதம் எழுதுகிறேன்!

□

6

மஞ்சள் நீர்...!

“மஞ்சா தண்ணியெல்லாம் அவளுக்கு சுத்தனாங்கலாம். அப்போ என்ன செய்வாங்க?” என்று கேட்டிருந்தாய்.

மகளே! எனக்கும் நான் பெரிய பொண்ணு ஆன பிறகு “ஒம்பதாம் நாள் மஞ்சத்தண்ணி சுத்தணும்! எப்படியும் ஒரு அம்பதாயிரமாவது வேணுமே! எப்படி சமாளிக்கப் போறமோ?” விசனத்துடன் படுத்துக்கிடந்தாள் அம்மா கண்ணம்மா! எந்த விசனமும் இல்லாமல் படுத்துக் குறட்டை விட்டுப் படுத்துத் தூங்கிக்கொண்டிருந்தார் அப்பா!

ஒவ்வொரு நாளும் ஒவ்வொரு உறவினர்களும் புட்டு, வடை சுட்டு வந்து படைத்து எனக்கு விருந்து வைத்துக் கொண்டிருந்தனர்.

“வேற வழியில்லை! கழுத்துல, காதுல, மூக்குல ஒன்றுமில்லை. அடமானம் வைத்தாவது செலவு செய்யிறதுக்கு. அம்மா ஒரு முடிவுக்கு வந்தது.

மாட்டுக் கொட்டாயில் இருந்த ஒரு பசுவையும், கன்றையும் வித்துடலாம்னு முடிவெடுத்தது; அடுத்த நாள் தரவுக்காரர் தங்கராஜ்கிட்ட விவரம் சொல்லுச்சி அம்மா.

அடுத்த நாளே மாட்டை முப்பத்தைந்தாயிரத்துக்கு விலைபேசி விற்றுக்கொடுத்தார் தரவுக்கார தங்கராசு.

“என் கூடப் பொறந்த மாடு! நான் பிறந்த அதே நாளன்று அதே நேரத்தில் மாட்டுக் கொட்டகையில் கன்றாக பிறந்து இன்று பெரியதாகி இரண்டாவது கன்றை ஈன்று, பசுவும் கன்றுமாக விற்கப்பட்டுவிட்டது. எனது மஞ்சள் நீர் செலவுக்காக எங்களை விட்டு பிரிந்து சென்றுவிட்டது. நான் அந்த பச்சை ஓலைக் குடிசையில் இருந்துகொண்டு, கயிற்றை அவிழ்த்து ஓட்டிச்

செல்லும் பசுமாட்டை, வெளியில் வந்து பார்த்து வழியனுப்ப மனமில்லாமல் விம்மி, விம்மி அழுது கொண்டே கிடந்தேன்.

ஒரு பக்கம் எனது மஞ்சள்நீர் விழாவுக்காக பந்தல், மேளம், சாப்பாடு, தாம்பூலப்பை ஒலிபெருக்கி, போட்டோ கிராபர் என்று அனைத்தும் ஏற்பாடு செய்து கொண்டிருந்தது அம்மா!

இன்னொருபுறம் தாய்மாமன் வீட்டுத் தரப்பில், அக்கா மகள் சடங்குக்கு ஏற்பாடு செய்ய வேண்டி பணம் புரட்டும் வழிகளை ஆராய்ந்துக் கொண்டிருந்தார் ரங்கசாமி மாமா!

“ஏம்மா, மணிமேகலை பொண்ணு மஞ்சத் தண்ணிக்கு பத்திரிக்கையை வந்து வச்சுட்டு போச்சு அக்கா! என்னடி செய்யலாம்? ஒரு யோசனை சொல்லேம்மா” மனைவியிடம் கேட்டார் ரங்கசாமி.

“ஏங்க! ஒங்க அக்கா மொவ மஞ்சத் தண்ணி! நீங்க சும்மாலாம் போயி வந்துட முடியாது. அதுவும் மொதப் பொண்ணு! தாய் மாமன் முறைன்னு ஒண்ணு இருக்குது. எப்படியும் அஞ்சி பவுன் சங்கிலி இல்லன்னாலும், நம்ம சத்துக்கு ஏத்தாப்போல ஒன்னு, ஒன்றரை பவுனாவது எடுக்கணும். குறைஞ்சது ஒரு மூவாயிரத்துக்கு குறையாம ஒரு பட்டுப்புடவை யாவது எடுக்கனும். பதினொன்னு அல்லது பதினேழு வரிசைத் தட்டாவது எடுத்து போவனும். பவுனு விக்கிர வெலைக்கும், புடவை விக்கிற வெலைக்கும் ஒரு அம்பது, அறுபதாயிரம் ரூபாய் அளவுக்கு வேணுமே! என்ன செய்யறது! ரெடி பண்ணித்தான் ஆவணும்” மனைவி மணிமேகலை சொல்லுச்சு.

“நான் வேணும்னா ஒரு வழி சொல்லட்டுமா?”

“சொல்லும்மா!”

“நம்ம பொண்ணு பொறந்தப்போ, எங்க தம்பி ஒரு பவுன்ல செயின் போட்டானே!”

“ஆமா!”

“அதை எடுத்துக் குடுக்கிறேன். அதுங்கூட எங்கிட்ட கழுத்துல ஒரு முக்கா பவுன் செயின் இருந்துதே, அதுசேட்டுக் கடையில அடமானம் வச்சிருக்கோமே! அதையும் மூட்டு இரண்டு உருப்படியும் சேர்த்து நகைக் கடையில கொடுத்து மாத்தி ஒரு புதுச் செயின் வாங்கிட்டா என்ன?”

“நல்ல யோசனைதான்! செயின் மூக்கறதுக்கு பணம் வேணும், புடவை வாங்க, தட்டு வரிசை வாங்கனுன்னா எப்படியும் இன்னும் ஒரு முப்பதாயிரமாவது வேணுமே!”

“நம்மகிட்டத்தான் இப்போ மூனு கெடாகுட்டி ஆடு இருக்கே!”

“நல்ல ஐடியா தான். அதுக்குத்தான் இது மாதிரி நல்ல ஐடியா குடுக்கிற பொண்டாட்டி வேணுங்கிறது”

தரவுக்காரரக் கூப்பிட்டு மூன்று ஆடுகளையும் விற்றார். நகையை மீட்டு, இரண்டு செயின்களையும் போட்டு, ஒரு செயின் வாங்கினார். பட்டுப் புடவை எடுத்தார். தட்டு வரிசைக்கு ஏற்பாடு செய்தார்.

மஞ்சத் தண்ணி சுத்தற நாள் வந்தது. பந்தல், வாழை மரம், குத்துவிளக்கு வெல்கம் சீரியல் செட்டெல்லாம் போட்டு, ஸ்பீக்கர் செட்டும் போட்டு வீடு அமர்க்களம் ஆனது. சமையல்காருங்க வந்து ஒரு பக்கம் சமைக்க ஆரம்பிச்சிட்டாங்க. அக்கம் பக்கத்து வீட்டு உறவினர்கள் சமையலுக்கு உதவி செய்து கொண்டிருந்தார்கள். மாலை ஆறு மணிக்கு முன்னே மேளக்காரர்கள் வந்து மேளம் வாசிக்கத் தொடங்கிவிட்டனர். ஓட்டைகள் நிறைந்த ஓலைவீடு மங்கல மேளம் முழங்க விழாக் கோலம் பூண்டது. அக்கம் பக்கத்து உறவுப் பெண்கள் எல்லாம் புதுப் புடவையைக் கட்டி, கவரிங் நகைகளை கடனாக வாங்கி அணிந்து, தலைக்கொள்ள பூ வைத்து குறுக்கும் நெடுக்குமாக நடந்து கொண்டிருந்தனர். புதுத்துணி அணிந்த குழந்தைகளும் குறுக்கும் நெடுக்குமாக ஓடி விளையாடினர்.

“பொண்ணுங்க இருக்குற வூட்லதான் இதுபோல அடிக்கடி சுபகாரியம் நடக்கும். வீடுன்னா இப்படித்தான் அடிக்கடி மங்கல ஒலி கேக்கனும்பா...”

பக்கத்துத் தெருவுலிருந்து வந்த பெரியப்பா சொல்லியபடி உள்ளே வந்து பந்தலில் உக்கார்ந்தார்; இடிந்த சுவருடைய வீட்டின் திண்ணையில் காலில் மாவுக்கட்டுடன் எந்த வெசனமும் இல்லாமல் படுத்துக் கிடந்தார் அப்பா. பக்கத்து வீட்டு அக்கா, அண்ணியெல்லாம் என்னை குளிக்கச் சொல்லி, தலைசீவி பவுடர் அடித்து, இரவல் நகையெல்லாம் வாங்கிப் போட்டு உள்ளூர் மேக்கப் போட்டுக் கொண்டிருந்தனர்.

'சர்ர்ர்...' என்று டெம்போ டிராவலர் வேன் வந்து வாசலில் நின்றது. குழந்தைகள் குதூகலத்துடன் வேனை நோக்கி ஓட, வேனிலிருந்து பட்டுப் புடவைகள் ஜொலிக்க பெண்களும், பட்டுவேட்டிச் சட்டையுடன் ஆண்களும் இறங்கி வந்தனர். தாய் மாமன் குடும்பம் சீர்வரிசையுடன் பந்தலின் உள்ளே நுழைந்தனர்.

"வாங்கங்க...!"

"வாங்கம்மா...!"

"வாங்க... வாங்க..." என்று சந்தனம், குங்குமம் கொடுத்து வரவேற்றனர், எங்கள் சித்தப்பாவும் சித்தியும்.

இருவத்தோரு வரிசைத் தட்டுகள் வகைப்படுத்திக் கொண்டிருந்தனர் மாமா குடும்பத்தினர்.

இடுப்பில் ஒரு பச்சை நிற பட்டாபட்டி வேட்டியும், மேலே ஒரு பட்டைபோட்ட காவித்துண்டையும் போர்த்திக் கொண்டு, நல்ல கருப்பாக ஒருவர் ஒரு பையுடன் வந்தார்.

"வாங்க... சாமி" "வாங்க சாமி..."

"டேய் வள்ளுவர் வந்துட்டாருடா! அவரு உட்காருவதற்கு ஒரு மனப்பலகையைக் கொண்டு வந்து போடுங்கடா!"

"எங்கள மாதிரி சேரி செனங்க விசேஷத்துக்கு ஐயர்மார்லாம் வர மாட்டாங்களாம். அப்படி அவுங்க வந்தா அது அவுங்களுக்குத் தீட்டாம்."

அதனால அக்கம் பக்கத்துல இருக்குற அஞ்சு சேரிக்கெல்லாம் இந்த வள்ளுவர்தான் ஐயர் வேலை பார்ப்பாராம்.

வந்து மனைப் பலகையில் உட்கார்ந்த வள்ளுவர்,

"பொண்ணு என்னைக்கு ருதுவாச்சி? எந்த நேரம்? என்னைக்கு தண்ணி ஊத்தி உள்ளே அழைச்சிங்க"ன்னு கேட்டுக் குறிச்சிக்கிட்டார்.

"பச்சு... பொண்ணு ருதுவான நேரமே சரியில்லையே! அதான் காத்து மழை, வீடு இடிந்தது, அப்பனுக்கு கால் ஒடிந்ததுன்னு நெறைய சோதனை.. ம்ம்ம்... பாப்போம்... பூசைசாமான், எக்கிய குச்சி... பழம், பூ, மஞ்சள் குங்குமம், வத்தி, கற்பூரம் எல்லாம் எடுத்தாந்து இங்க வைங்க"ன்னு வேலையிட்டார்.

ராகமாக பாட்டுப் பாடிக்கொண்டே, ஓமக்குச்சிகளை அடுக்கி, கற்பூரம் கொளுத்தி, நெய் ஊத்தி எக்கியம் வளர்த்தார்.

எல்லார்க்கும் புரிய மாதிரி தமிழ்லதான் பாட்டுப் பாடினார். சுமார் அரை மணி நேரம் பாட்டுப் பாடிக்கொண்டே எக்கியம் வளர்த்து முடித்து தீட்டுக் கழித்தார்.

தாய்மாமன் வரிசைத்தட்டில் புடவை, செயின் எல்லாம் வைத்துக் கொடுக்க என்னை வாங்கிக்க சொன்னார்கள். நான் வாங்கிக் கொண்டு குடிசை வீட்டினுள் நுழைந்தேன்; எனக்கு பட்டுப் புடவையை கட்டினார்கள். கழுத்தில் செயினைப் போட்டார்கள். எனது வாழ்க்கையில் முதன் முதலாக அப்போதுதான் புடவை கட்டினேன். புடவைக் கட்டிய பிறகு என்னை வெளியே அழைத்து வந்தார்கள். புடவை தெத்தியது. நடக்க சங்கடமாக இருந்தது. அண்ணி முறை உள்ளவர்கள் எனக்கு நடக்க உதவினார்கள். மனைக்கு வந்தவுடன், எனது தாய்மாமன் மாலை போட்டார். விழுந்து கும்பிடச் சொல்லி எல்லோரும் என்மேல் மஞ்சளும் பூவும் கலந்த அரிசியை தூவி வாழ்த்தி, நாற்காலியில் உட்காரச் சொல்லி நலங்கு வைக்க ஆரம்பித்தார்கள்.

வள்ளுவர் ஐயாவும் தாம்பூலம் வாங்கிக் கொண்டு புறப்பட அனைவரும் சாப்பாட்டு பந்திக்கு முந்தினர். சீக்கிரம் நலங்கை முடித்து அதே இடத்தில் பந்தி நடந்தது.

மகளே!

ஒரு பெண் வயதுக்கு வந்துட்டா அவளுக்கு மஞ்சள் நீராட்டி புது உடைகள் அணியக் கொடுத்து ஒரு வைபவமாய் அதைக் கொண்டாடுவதுதான் பாரம்பரியமாக நமது கலாச்சாரம் இருந்து வருகிறது. மருத்துவத்திலும் இப்பருவ நிலைக்கு மெனார்கி (menarehe) என்ற பெயருண்டு. பெண்ணின் மகப்பேறு உறுப்புகள் முதன் முதலில் இயங்க ஆரம்பித்துவிட்டன என்பதன் அறிகுறியாய், அப்பெண்ணின் ஜனனக் குழாய் வழியாக உதிரப் போக்கு ஏற்பட ஆரம்பிப்பதுதான் இந்த மெனார்க்கியின் முதல் அறிகுறி!

இந்த உதிரப்போக்கு எங்கிருந்து எதற்காக வருகிறது தெரியுமா? ஒரு பெண் குழந்தைப் பிறக்கும்போதே அவள் அடிவயிற்றில் ஒரு பிஞ்சு கருப்பை மற்றும் இரண்டு சினைப்பைகளுடன்தான் இருக்கும். அந்த சினைப் பையினுள் அவளுடைய வாழ்நாளில் அவள் வெளியேற்ற வேண்டிய அத்தனை கருமுட்டைகளும்

நூற்றுக்கணக்கில் ஒதுங்கியிருக்கும். ஆனால், இவை எதுவுமே இயங்காமல் சிக்னலுக்காக காத்துக் கொண்டிருக்கும். இருக்கும் இடமே தெரியாமல் கப்சிப் என்று அசைவற்று இருக்கும்.

ஒரு பெண் குழந்தை வளர, வளர அவள் இரத்தத்தில் ஊறும் சத்து கூடிக் கொண்டே போகும். இரத்தத்தில் போதுமான அளவு சத்துக்கள் கூடியதை உணர்ந்த பிட்யூட்டரி என்ற சுரப்பி உணர்ந்து கொண்டு ஈஸ்டரஜன் என்ற ஹார்மோனை அவளது சினைப்பையில் உற்பத்தி செய்யத் தூண்டும். அந்த ஈஸ்டரஜன் அவள் உடல் முழுவதும் பரவி அவளை உயரமாக்கி, மார்பகங்களை வளர்விக்கும். அந்தப் பெண்குழந்தை சற்று உடல் பருக்கவும், முகப்பருக்கள் தெரியவும், முகப்பொலிவுடன் தெரிய ஆரம்பிப்பாள்.

இந்நிலையில்தான் உடலில் சில மாற்றங்களைத் தூண்டிய அதே ஈஸ்டரஜன்தான் பெண்ணின் சினை முட்டைகளையும் முதிர்ச்சியடையச் செய்கிறது. இப்படி முதல் சினை முட்டை முதிர்ச்சி யடைந்தவுடன் அந்த முட்டை பத்திரமாக கர்ப்பப்பைக்குள் வந்து பாதுகாக்கப்படும். அது கர்ப்பப்பையில் ஒரு பஞ்சு போன்ற ரத்தத்தினால் ஆன பஞ்சு மெத்தையில் வந்து காத்திருக்கும். அந்நிலையில் ஆண்விந்தணு அம்முட்டையினுள் நுழைந்தால் அது கருத்தரித்து வளர ஆரம்பிக்கும். இல்லையெனில் அம்முட்டை காலாவதியாகி சூம்பிப்போய் சிதைய ஆரம்பித்துவிடும்... அப்படி சிதைய ஆரம்பிக்கும் அந்தக் காலாவதியான கருமுட்டை தான் பாதுகாப்பாக இருந்த ரத்த பஞ்சு மெத்தையுடன் சேர்ந்து உரிந்து வழிந்து வெளியேறிவிடும். இப்படி ஒரு பெண்ணின் வாழ்க்கையில் முதன் முதலில் வெளியேறும் உதிரத்தைத்தான் பூப்பெய்துவிட்டாள் என்று நம்மூர்க்காரர்கள் சடங்குகள் செய்து விழாவாக நடத்துகிறார்கள்.

இன்னும் சில நாடுகளில் சில பழங்குடி மக்களிடையே இங்கு மஞ்சள் நீர் சடங்கு செய்வது போல், சில சடங்குகளை செய்கின்றனர். ஆனால் வளர்ந்த நாடுகளில் இதுபோன்ற சடங்குகள் செய்வது இல்லை. உடலைச் சுத்தம் செய்துகொண்டு நாப்கின்களை பயன்படுத்திக் கொண்டு மிகச் சாதாரணமாக கடந்து சென்று கொண்டிருக்கின்றனர். சுமார் இருபது ஆண்டுகளுக்கு முன்னர் இருந்ததைப் போல் தற்போது நமது ஊர்களிலும் மிகப் பெரிய சடங்குகள் நடத்துவது இல்லை. மருத்துவ உபகரணங்கள் வளர்ச்சி அடைந்து வருவதாலும், விழிப்புணர்வு விளம்பரங்களாலும் படிப்படியாக இந்த பூப்பெய்தும் சடங்கு மறைந்து வருகிறது.

மகளே! கல்வி அறிவு வளர வளர அறிவியல் விழிப்புணர்வு ஏற்பட ஏற்பட இது போன்ற மூடச் சடங்குகள் முழுவதும் ஒழிந்து போகும் என்பதில் ஐயமில்லை.

மகளே! எங்கள் வீட்டில் முதலும் - கடைசியுமாக நடந்த மஞ்சள்நீர் சடங்கு அதுதான். சுமார் ஒரு லட்சம் செலவு. எதுக்கு இந்தச் சடங்கு? யாருக்கும் பதில் தெரியவில்லை. அடுத்தடுத்து வயதுக்கு வந்த எனது எந்தத் தங்கைக்கும் இதுபோன்ற சடங்கு செய்வதை தவிர்த்தார்கள். உனக்கும் எந்தச் சடங்கும் நான் செய்ய மாட்டேன் மகளே!

□

7

விதவை...!

“நம்ம கண்ணம்மா பாட்டி, எப்போதுமே தலையில் பூ வச்சிக்க மாட்டாங்களாம்மா? ஏன்?” என்று கேட்டு இருந்தாய்!

அன்பு மகளே!

நான் பத்தாம் வகுப்பை முடித்து தேர்வு முடிவுக்காக காத்திருந்த கோடைக்காலம். எனது அடுத்த இரண்டு தங்கைகளும் வயதுக்கு வந்துவிட்டிருந்தாலும் சடங்குகள் ஏதுமின்றி நிம்மதியாக எந்த அலங்காரத்துக்கும் ஆசைப்படாமல் பள்ளிக்குச் சென்று கொண்டிருந்தனர். அது மாசி மாதம், கடுங்குளிர். கிராமம் அடர்ந்த மரங்களும், புல்வயல்களும் நிறைந்திருந்ததால் காலை பத்து மணி வரை மூடுபனி. கிராமத்து ஆண்கள் பெரும்பாலும் மேலே ஒரு போர்வையை போர்த்திக் கொண்டுதான் வெளியே வருவார்கள். ஆனால், பெண்கள் யாரும் போர்வைகொண்டு போர்த்திக்கொள்ள மாட்டார்கள்.

அதிகாலையில் எழுந்து வாசத் தெளித்து, கோலம் போட்டு, மாட்டுக் கொட்டகையில் சாணியை அள்ளிக்கொட்டி, வாசல் பெருக்கி, பாத்திரங்களை கழுவிப்போட்டு, பிள்ளைகளுக்கும், கணவருக்கும் காலைக் கஞ்சியை ரெடி பண்ணிட்டு பள்ளி செல்லும் குழந்தைகளை குளிப்பாட்டி, தலைசீவி, உடைமாத்தி, தானும் கூலி வேலைக்கு கிளம்பிக் கொண்டிருக்கும் பெண்களுக்கு குளிராவது, பனியாவது. உடல் வியர்க்காமல் இருந்தாலே பெரிது.

அன்றும் வழக்கம்போல் அதிகாலையில் எழுந்த என் அம்மா, கண்ணம்மாவுக்கு மேலும் அதிர்ச்சி.

கர்ர்ர்ர்..... கர்ர்ர்.....

அப்பாவுக்கு மேல் மூச்சு இழுத்துக் கொண்டிருந்தது. எப்போதும் பனி நாட்களில் அப்பாவுக்கு இப்படி ‘வீசிங்’ இருக்கும். ஆனால் இன்று வித்தியாசமான இழுப்பு. மூச்சு தடைபட்டது. அம்மாவுக்கு பெரிய பெண்ணான நான்தான் துணை.

"அடி ஏய்! எழுந்துருடி. ஒங்கப்பனை வந்து பாருடீ..."

அம்மா என்னை தட்டி, தட்டி எழுப்பியது.

அப்பாவை கெட்டியாகப் பிடித்துக்கொண்டு அழுதேன். அவர் என் கையை விடவே இல்லை. இறுக்கமாக பிடித்துக் கொண்டே சளி அடைத்துக் கொண்டிருந்த நிலையில் மூச்சை இழுத்துவிட சிரமப்பட்டுக் கொண்டு இருந்தார். அக்கம் பக்கத்து வீட்டுக்காரர்களும் கூடிவிட, ஒரு ஆட்டோக்காரரை பக்கத்து வீட்டு அண்ணன் அழைத்து வந்தார். வந்த ஆட்டோக்காரரும்,

"அம்மா... இது ஆஸ்பத்திரி போறவரைக்கும் தாங்காதும்மா! பாதி வழியிலே பூடும்மா! என் ஆட்டோவில் ஏத்தறது அவ்ளோ நல்லதில்லைம்மா! சாரிங்க"..னு போயிட்டார்.

"டி.பி. ஆஸ்பத்திரிக்குத்தான் போவணும்.... 108 ஆம்புலன்ஸ கூப்பிடுறேன்!" ஒரு பெரிப்பா சொல்லிட்டே, போன் பண்ண அடுத்த அரை மணி நேரத்துல ஆம்புலன்ஸும் வந்து சேர, அதற்குள் அப்பா உயிர் பிரிந்து போயிருந்தது.

"இந்த டி.பி. இருக்கிறவங்க, இது மாதிரி பனிக்காலம் வந்தாலே, பொழைக்கிறது கஷ்டம்தான்..."

பக்கத்து வூட்டு பெரியம்மா.

"ஆஸ்பத்திரியில குடுத்த மாத்திரையை அப்பப்போ சரியா சாப்ட்டாத்தானே! அப்பப்ப குடிச்சிட்டு வந்து படுத்துக்குனா இப்படித்தான் போவும்."

எதிர் வீட்டு சித்தப்பா.

"மூனு பொண்ணயும் அம்போன்னு வுட்டுட்டு அப்படியே போயிட்டான்" பக்கத்து வீட்டு பாட்டி. "அவன் இருந்து மட்டும் இன்னா புரயோசனம்? கண்ணம்மாத்தான் காலத்துக்கும் உழப்பெடுக்கனும்னு அவ தலையெழுத்து இருக்கு, இன்னா பன்றது!"

"போன உசுரு திரும்பியா வரப்போவுது! அடுத்து ஆவற வேலையைப் பாருங்கப்பா!" நடுத்தெரு நாராயணசாமி.

அம்மா, அழுது புரண்டு, அப்பொப்ப தாலிக் கயிற்றை தொட்டுத் தொட்டுப் பார்த்துக்கிச்சு.

நாங்க மூனு பொண்ணும் அப்பாவின் பக்கத்தில் நின்றுகொண்டு அழுது கொண்டிருந்தோம்.

தாய்மாமன் வீட்டு சனங்களும் மாலைகளுடன் வந்து சேர, சித்தப்பா வந்து அம்மாவுக்கு கொழுந்தன் புடவையைக் கழுத்தில்போட சடங்கு முடித்து அப்பாவின் இறுதி ஊர்வலம் தயாரானது.

எங்கள் அப்பா இறந்தபோது, பிணப் பந்தலில் ஒரு பெரிய சர்ச்சை ஏற்பட்டுப்போனது. சடங்குகள் முடிந்து பிணத்தை எடுக்குமுன் அப்பாவுக்கு யார் கொள்ளி வைப்பது? பெரிய விவாதம்! எனது பெரியப்பா மகன் எனக்கு அண்ணன் முறையில் ஒருவரை அழைத்தார்கள், எனது தாய்மாமன் ஒருவரையும் அழைத்தார்கள்!

“ஏம்பா! அந்தப் பையனுக்கு கல்யாணம் ஏற்பாடாகி பரியம் போட்டாச்சு! அவன் கொள்ளி வைக்கக் கூடாதுப்பா” பெரியப்பா தடுத்து நிறுத்தினார்.

“மாமன் முறையில யாரும் வைக்கக் கூடாது, பங்காளி முறையில்தான் யாராகிலும் வைக்கணும், தாய்மாமன் வேணாம்” என்று மாமாவையும் தடுத்துவிட்டனர்.

வேறு பங்காளி முறையில் உள்ள எவரும் முன் வரவில்லை. ஒரே குழப்பம்.

“குந்த குடிசை மட்டும்தான் இருக்கு! எங்கனாலும் ஒரு குழி, ரெண்டு குழி நெலம் இருந்தாலும், கொள்ளி வச்சவனுக்கு சேரும்னு, யாராச்சும் பங்காளி வருவான். அதான் உக்காந்து ஒன்னுக்கு இருக்கக்கூட ஒரு குழி நிலம் இல்லையே! கவர்மென்ட், குடுத்த ஃபிரி பிளாட் தானே! இருக்குற வீடும் அதுலதானே” எதுத்த வீட்டு மாமா சொல்லுச்சி.

அம்மாவெல்லாம் கூடி அடிக்கடி கூட்டம் போட்ட மாதர் சங்கத்து அக்கா சத்யா வந்து அப்பாவின் பொணத்துக்கு மாலை போட்டுட்டு ஒரு பக்கமா தன் தோழர்களோடு நின்னுட்டிருந்தாங்க!

“என்னங்க! இப்படி யோசனை பண்றீங்க! ஆம்பளதான் கொள்ளி வைக்கனும்னு எந்த சட்டத்துல சொல்லுது? பொம்பள கொள்ளி வச்சா பொணம் வேவாதோ!”

“கோவிச்சுக்காதீங்க! உங்க சம்பரதாயம்லாம் இருக்கட்டும்! இவ்ளோ நாளா ஆஸ்பத்திரிக்கு கூட்டிப்போயி வைத்தியம் பார்த்த கண்ணம்மாவே ஏன் வைக்கக்கூடாது?”

சத்யா தோழர் கேட்டாங்க!

“எல்லாம் சொல்றதுக்கு நல்லாதான் இருக்கும். ஆனால், சம்பரதாயம்னு ஒன்னு இருக்கே! மீறமுடியுமா?”

பெரியப்பா சொன்னாரு.

“மாலதி பெரிய பொண்ணுதான். அவமேல தான் அவுங்கப்பனுக்கு கொள்ள பிரியம். அவள் வைச்சா என்ன குறைஞ்சிடும்?” ஒரு கம்பெனியில் வேலை செய்து கொண்டு தொழிற் சங்கத் தலைவரா இருந்த சரவணன் என்கிற அண்ணன் ஒருவர் கேட்டார்.

“ஏன் வச்சா என்ன?”

“அவ சின்னப்புள்ளப்பா”

“அதெல்லாம் வைக்கலாம்! அவளும் பெரிய பொண்ணுதான்.”

“என்னமோ தெரியல! காலம் கெட்டுப் போச்சு! இப்படியெல்லாம் நடத்தறதாலத்தான் நாட்ல சுனாமி, கொரானான்னு வந்து கொத்து கொத்தா தூக்கிட்டுப் போவுது.”

ஆளுக்கு ஆள் ஒன்னு சொல்ல,

“டேய்! அந்த மாலதிப் பொண்ண, வண்டியில ஏத்தி நேரா சுடுகாட்டுக்கு கூட்டிவாங்க. எது நடந்தாலும் நடக்கட்டும்.”

பெரியப்பா ஒரு பெரிய முற்றுப் புள்ளி வைத்தார்.

என் தலையில் தண்ணீர் ஊத்தி சுடுகாட்டுக்கு அழைத்துச் செல்லப்பட்டேன். அப்பாவை சுற்றிவரச் சொன்னார்கள் கொள்ளி வைத்தேன்!

பதினாறாம் நாள் அப்பாவின் கருமாதி குறிக்கப்பட்டது.

அப்பாவின் கருமாதிக்கு முன்னிரவு, நம்ம ஊர்ல நடப்புநாள்ன்னு சொல்லுவாங்க. விடியக்காலை இரண்டு மணிக்கு சில சடங்குகள் செய்து கொண்டிருந்தார்கள்.

“மாங்கல்யம் வாங்கப்போறோம்! மாங்கல்யம் வாங்கப் போறோம்! வர்றவங்க எல்லாம் வாங்க”ன்னு அந்தத் தாசரி தெருமுழுக்க கூவிக்கிட்டே போனார்.

அதிகாலை இரண்டரை மணி அளவில் தலையில் தண்ணீரை ஊற்றி ஈரப் புடவையுடன் ஒரு நாற்காலியில் அம்மாவை உட்கார வைத்து கழுத்திலிருந்த தாலிக் கயிற்றை அறுத்து ஒரு பால்கிண்ணத்தில் போட்டார்கள். பால்கிண்ணத்தில் போடப்பட்ட அந்தத் தாலி, வெறும் ஒரு மஞ்சள் கயிறும், அதில் ஒரு துண்டு மஞ்சளும் கட்டப்பட்டிருந்தது. தங்கத்தாலி ஒன்று கோத்து வைத்திருந்த அம்மா, அந்தத் தங்கத்தினால் ஆன தாலியை, அடமானம் வைத்துவிட்டு அப்பாவுக்கு வைத்திய செலவு பார்த்துவிட்டது. அதனால் ஒரு மஞ்சள் கிழங்கை கோர்த்து கட்டியிருந்தது என்பது அப்போதுதான் தெரிய வந்தது.

அம்மாவுக்கு உறவினர்கள் நெறையபேர் புதுப்புடவையை கழுத்தில் போட்டார்கள். தாய்மாமன் போட்ட புடவையை, தாய் வீட்டுக் கோடியை கட்டிக் கொண்டு, நெற்றியில் இருந்த குங்குமத்தை அழித்துவிட்டு, கையில் இருந்த வளையல் அனைத்தையும் கழட்டி உடைத்து விட்டு நெத்தியில் ஒரு வெள்ளைநிற பூசையைப் போட்டு ஒரு நாற்காலியில் உட்கார வைத்து விட்டார்கள்.

“அவர்கள் சாமியாகி விட்டார்களாம்.” அனைத்து சுமங்கலி பெண்களும், குழந்தைகளும் சென்று அவர் காலில் விழுந்து ஆசீர்வாதம் வாங்கிக் கொண்டார்கள்.

எனக்கும், எனது தங்கைகளுக்கும் என்னவென்றே புரியவில்லை. அதுவரை அன்று இரவு முழுவதும் சாமத்துக்கு சாமம். கும்பல் கும்பலாக அழுது கொண்டு இருந்த பெண்கள் எல்லாம், மாங்கல்யம் வாங்கும் நிகழ்வுக்குப் பின் அழுவதை நிறுத்தி விட்டார்கள். அம்மா ‘சாமி’யாயிட்டாங்களாம். யாரும் அழக்கூடாதாம்!

அறுத்துட்டவ, விதவை, சுமங்கலி, முண்டச்சி இவ்ளோ பட்டங்களும் அம்மாவுக்கு தானாக வந்து குவிந்தது. ஆனால் அம்மா இறந்து, அப்பா உயிரோடு இருந்தால் அவருக்கு இதுபோன்ற பட்டங்கள் எதுவும் இல்லை.

மூன்று நாட்கள் கடந்தது ‘ஒரு அம்மாவும் மூனு பொண்ணுங்களும் இருக்கும் வீடாக’ எங்கள் வீடு அடையாளப்படுத்தப்பட்டது.

சில நாட்களுக்குப் பிறகு எங்கள் சேரித் தெருவின் கடைசி வீட்டிலிருந்து ஒரு அண்ணன் ஒரு கம்பெனி வேலைக்குச் சேரவேண்டி, புதுபேண்ட், புதுசட்டை, கையில் ஒரு ஃபைல், முதுகில் ஒரு பையுடன் வீட்டிலிருந்து கிளம்பி வந்தார்.

அப்போதுதான் எங்கள் அம்மா கண்ணம்மா கொட்டகையிலிருந்து ஓடிப்போன கன்றுக்கட்டியை பிடித்து வர சற்று வேகமாய் போனாள்.

“டேய் முருகதாசு! திரும்பி உள்ள வாடா! அறுத்துட்டவ எதிர்ல வர்றா! நீயே முதன்முதல்ல வேலைக்குப் போறே... வந்து தண்ணீ குடிச்சுட்டு கொஞ்ச நேரம் உட்கார்ந்துவிட்டு பின்பு போடா!”

முருகதாஸ் அண்ணனின் அம்மா அவரை மீண்டும் வீட்டுக்குள் அழைத்துக் கொண்டார்கள்.

என்னக் கொடுமை! சில நாட்களுக்குமுன் அப்பாவின் பிணம் ஊர்வலமாகத் தூக்கிச் சென்றபோது அந்த அண்ணன் அந்தக் கம்பனி இன்டர்வியூக்குப் புறப்பட்டார்.

“எதிரே பொணம் வருதுடா! நல்ல சகுனம்தாண்டா! போய் வாடா”ன்னு சொல்லி அனுப்பிய அந்தண்ணனின் அம்மா இன்று அந்தப் பிணத்துக்காக தாலி இழந்த என் அம்மா எதிரே வந்ததால் கெட்ட சகுனம் என்று தற்போது வீட்டிற்குள் அழைத்துக் கொண்டார்.

சுமங்கலியாய் இருந்தபோது எங்கள் சேரியில் எந்தச் சடங்கானாலும் அம்மா கண்ணம்மாவைத்தான் அழைத்து விளக்கேற்றச் சொல்லுவார்கள்.

“மூனு பொண்ணப் பெத்த மவராசி கண்ணம்மா. அவள கூப்ட்டு மொதல்ல நலங்கு வைக்கச் சொல்லுங்கடி! ராசிக்காரப் பொம்பள”ன்னு அம்மாவைத்தான் கூப்பிடுவார்கள்.

அப்பா செத்துப் போனதால அம்மா ‘அமங்கலி’யாயிட்டாங்க. ‘அறுத்துட்டவ’ன்னு பேறு வந்துட்டு.

மகளே! இதுபோல் முண்டச்சி, அமங்கலி, தாசி, வேசி, விதவை போன்ற அடைமொழிப் பெயர்கள் ஆண்களுக்கு இல்லை.

அதனால்தான் இது போன்ற சடங்குகள், மூடநம்பிக்கைகள் எல்லாத்தையும் தூக்கி மக்கும் குப்பையில் போட்டு, ஒரு பெண்ணாக, புரட்சிப் பெண்ணாக, நிமிர்ந்த நடைகொண்ட பெண்ணாக நம் காலத்திலாவது, நாம வாழ்ந்து காட்டுவோம் வா! மகளே! வளர்ந்து வா!

□

8

சுமை...!

"நீ ஏம்மா! மேல்படிப்பு எல்லாம் படிக்கல? என்று கேட்டிருந்தாய்!"

அன்புள்ள மகளே! எங்கள் அப்பாவின் மறைவுக்குப்பின் எங்கள் குடும்பமே ஒரு கேள்விக்குறியாகிப் போனது.

"என்னதான் இருந்தாலும், ஒப்புக்குனு ஒரு ஆம்பள இருந்தாதானே அது வீடு! இல்லன்னா அது சுடுகாடுதான்."

எதுத்தாப்பல இட்லி கடை விக்கற பாட்டி எங்க வீட்டப் பாத்து அதுவே சொல்லிக்கும்.

"அறுத்துட்டவ வளக்கற புள்ளைங்க, மூக்கணாங் கயிறு இல்லாத காளைமாடு மாதிரிதான்..."

"இதுக்கப்புறம் அந்தப் பொண்ணுங்க எப்படி திரியப் போறாளுங்களோ!"

அந்தப் பாட்டி எங்களப் பாத்து எப்பவும் பேசிக்கிட்டே இருக்கும்.

கோடை விடுமுறைக்குப்பின் பத்தாம் வகுப்பு தேர்வு முடிவுகள் வந்தன. நானும் நல்ல மதிப்பெண்கள் எடுத்து தேர்வாகி இருந்தேன்.

அம்மாவின் தனி உழைப்பை மட்டும் நம்பி எங்கள் குடும்பம் இருந்தது. அப்பா உயிரோடு இருந்தப்போ மட்டும் அவரால் பத்து பைசா பயனில்லை. அவருக்கு வைத்திய செலவுக்கே அம்மாதான் செஞ்சுக்கிட்டு இருந்தது. பால் கறந்து வித்ததால கொஞ்சம் காசு கெடைச்சுது. அதிலும் ஒரு பசுவை, தாயும் கன்றுமாக என் மஞ்சத் தண்ணிக்கு வித்துட்டாங்க!

நான் படிப்பைத் தொடராமல் வேலைக்கு போக ஆரம்பித்தேன். ஒரு லெதர் கம்பெனிக்கு எங்க ஊர்ல இருந்து நெறய பெண்கள் வேலைக்குப் போய்க் கொண்டிருந்தார்கள்.

“ஏண்டி மாலதி! நீதான் இப்போ பள்ளிக்கொடம் போறது இல்லையாமே! எங்கக்கூட கம்பெனிக்கு வேலைக்கு வாயேன்டி! நீதான் படிச்சுக்கிறயே! அதுவும் மூக்கும் முழியுமா அழவா, சுருட்டமுடி சடையுமா வேற கீற! எந்த மறுப்பும் சொல்லாமல் அந்த மேனேஜர் ஒன்ன வேலையில சேத்துக்குவார்டி! நான் அந்த மேனேஜர் கிட்ட சொல்றேன்டி! வர்றீயா?”

தினமும் அந்த லெதர் கம்பெனிக்கு வேலைக்குப் போகும் பரிமளா அக்கா, கேட்டாங்க.

எனக்கு அப்போ பதினாறு வயசுதான். இருந்தாலும் பெரிய பொம்பள மாதிரி உருவம். அம்மாக்கிட்ட கேட்டேன்.

“எம் பொண்ணை மேலும் படிக்க வைக்க முடியாத பாவி யாயிட்டேன். போடி!”ன்னு சொல்லிட்டாங்க.

ஒரு வழியாக நான் அந்த லெதர் கம்பெனிக்கு வேலைக்கு போகும் ஒரு பெண்ணா மாறிட்டேன். அம்மாவுக்குத் துணையா குடும்பத்த காப்பாத்தணும். எனது அடுத்த தங்கச்சிகளை வளர்த்து கட்டிக் கொடுக்கணும்னு முடிவெடுத்துட்டேன்.

எனது அடுத்த தங்கைகளில் ஒருத்தி திவ்யா, அடுத்தவள் காவியா!

அரசாங்கம் பாட புத்தகம், சீருடை, சைக்கிள் எல்லாம் இலவசமா குடுத்துடுச்சு, மதிய உணவும் பன்னிரெண்டாம் வகுப்பு வரையில் போட்டுடுவாங்க. மேலும் ஆதிதிராவிடப் பெண் குழந்தைகளுக்கு ஒரு ‘ஸ்காலர்ஷிப்’னு உதவித் தொகையும் கொடுத்தாங்க.

இலவசம், உதவித்தொகை யெல்லாம் எங்கள மாதிரி ஏழைகளுக்கு எவ்ளோ தேவை என்பதை அப்போதுதான் நானும் உணர்ந்துகொண்டேன். அந்த உதவித் தொகை இல்லன்னா என் தங்கைகள் படிப்பு அவ்ளோதான். எனது தங்கைகள் அரசு மேல்நிலைப் பள்ளியில் படித்துக்கொண்டுவர நான் லெதர் கம்பெனிக்கு வேலைக்குப் போயிட்டேன்.

வருடங்கள் உருண்டன.

“அக்கா! நான் காலேஜிக்கு போயி படிக்கவா? இல்லை உங்கக் கூட லெதர் கம்பனிக்கு வேலைக்கு வரட்டுமா?”

+2 தேறியிருந்த தங்கை திவ்யா என்னிடம் கேட்டாள். அப்போது நான் இருபது வயதைத் தாண்டிவிட்டேன்.

ஊரிலிருந்த விளைநிலங்கள் கொஞ்சம், கொஞ்சமாக வீட்டு மனைகளாகவும், பண்ணை வீடுகளாகவும் மாறிப் போய்க் கொண்டிருந்தன. விவசாயம் குறைந்துபோனது. அம்மாவுக்கு வயல் வெளியில் கூலிவேலை இல்லாமல் போனது. அம்மாவுக்கு விவசாய வேலை தவிர வேறு வேலையும் செய்யத் தெரியாது. ‘நூறுநாள் வேலைத்திட்டம்’ என்று ஒன்று வந்தது. அம்மாவும் அத்திட்டத்தில் பதிவு செய்து கொண்டு வேலைக்குப் போக ஆரம்பித்துவிட்டார்கள். மாதத்தில் சில நாட்கள் மட்டுமே வேலை இருக்கும். மற்ற நாட்களில் மாடுகளை பராமரித்துக்கொள்ளும் அம்மா!

ரேஷன்கடை அரிசிதான் எங்களின் உணவு. ரேஷன் கடையில் அரிசி, எண்ணெய், பருப்பு சரியாகப் போடவில்லை என்றால், மாதர்சங்கப் போராட்டத்துக்கு அம்மாவும் போய்விடும். நம்மைப் போன்ற ஏழைகளுக்கு இந்த ரேஷன், இலவசம், உதவித்தொகை எல்லாம் எவ்வளவு தேவை என்பதை ஏழ்மை வலியுள்ள நமக்குத்தான் தெரியும்.

“ஏய் திவ்யா, நீ மேல படிக்கணும்னு ஆசைப்படறது, தப்பில்லை! நான் எப்பாடு பட்டாவது உன்னைப் படிக்க வைக்கிறேன். நீ ஒண்ணும் கவலைப்படாதேடி! நீ காலேஜிக்கு அப்ளிகேஷன் போடு, என்ன! புரியுதா?”

திவ்யா கண்ணில் கண்ணீர் வந்து கொண்டிருந்ததை நானும் பார்த்தேன்.

“ஏங்க்கா! நானும் ஒங்க கூட லெதர் கம்பெனிக்கு வேலைக்கு வந்துடறனே! ஒனக்கு மட்டும் எவ்ளோ கஷ்டமாச்சே?”

“இல்லடி! ஒண்ணும் கஷ்டம் இல்லை, இப்பெல்லாம் மாசம் அஞ்சாயிரம் சம்பளமாக் கொடுக்கிறாங்க! நான் பார்த்துக்கிறேன்.”

திவ்யா தன்னுடைய தோழியுடன் சேர்ந்து பொறியியல் டிப்ளமோ கல்லூரிக்கு விண்ணப்பித்தாள். தோழியோட அண்ணன் தனது தங்கை திவ்யாவுக்கும் சேர்த்து விண்ணப்பம் வாங்கி, ஜாதி

சர்டிபிகேட், வருமான சர்டிபிகேட் எல்லாம் வாங்கி தொழில்நுட்பக் கல்லூரியில் சேர்த்துவிட்டார். தொழில் நுட்பக் கல்லூரிக்குத் தேவையான புத்தகங்கள், சீருடை, முதுகில் மாட்டும் புத்தகப்பை அனைத்தையும் மிகக் கவனமாக அவளுக்கு வறுமை தெரியா வண்ணம் நான் வாங்கிக் கொடுத்து கல்லூரிக்கு அனுப்பி வைத்தேன்.

திவ்யா இரண்டாம் ஆண்டு போகும்போது, காவி +2 தேறிவிட்டாள். அடுத்து காவியாவின் மேற்படிப்பு கேள்விக்குறியானது. ஆனால் தளராமல் அவளை அறிவியல் கலைக் கல்லூரியில் சேர்த்துவிட்டோம். நூறுநாள் வேலைத் திட்டத்துக்கு போய்க்கொண்டிருந்த அம்மா கண்ணம்மாவுக்கும் அங்கே சரியாக வேலை கொடுப்பதில்லை. செஞ்ச வேலைக்கு உடனே கூலியும் வங்கியில் போடுவதில்லை. மத்தியில் ஆட்சி மாற்றம் மாநிலத்தில் உள்ளாட்சி தேர்தல் இல்லை. ஊர் பஞ்சாயத்துக்கு தலைவர் இல்லை. பட்ஜெட்டில் பணம் இல்லை என்ற காரணத்தால் திட்டம் முடங்கிப்போனது. விவசாயக்கூலித் தொழிலாளர்கள் சங்கமும், மாதர் சங்கமும் போராட்டங்கள் நடத்திக் கொண்டிருந்தார்கள்.

“பத்து கிலோ மீட்டர் தொலைவில் இருக்கும் நகரத்தில் ஏதோ தெரு பெருக்கற வேலையாம். அதுக்கு எங்க சேரியில இருந்து ஆட்களை கூப்பிடுறாங்க. பொம்பள ஆள் மட்டும்தான் வேணுமாம். நகரத்துல இருக்குற தெருவுல இரண்டு பேருக்கு மூனு தெருவுன்னு பிரிச்சு விடுவாங்களாம்! போவுமாடி கண்ணம்மா! இங்கத்தான் எந்த கூலி வேலையும் இல்லையே! நம்ம சேரியிலிருந்து ஒரு பத்து பொம்பளைங்கள வரச் சொல்றாங்க! போலாமா?” பக்கத்துத் தெரு ஆண்டாளம்மா அம்மாக்கிட்ட கேட்டாங்க!

“ஏன்டி மாலதி, கொல்லிவெளி யெல்லாம், பிளாட்போட்டு வித்துட்டாங்க. வெள்ளாமை இல்லை. ஊர்க்காருங்க ரெட்டியார், செட்டியார், நாயுடு, கவுண்டமார்கள் எல்லாம் நெலத்தை ரியல் எஸ்டேட்காருங்களுக்கு வித்துட்டு டவுனுக்குப் போய் வீடு வாங்கிக்கிட்டு, கார் வாங்கி வைச்சிக்குட்டு புள்ளைங்கள தனியார் பள்ளியில சேர்த்து படிக்க வச்சுக்கிட்டு இருக்காங்க. நம்மள மாதிரி கூலிக்காருங்க இப்ப எங்கடி வேலைக்குப் போறது. நமக்கு இந்த நடவு நடறது, களை புடுங்கறது தவிர வேற வேலையும் தெரியாது. நூறு நாள் வேலையும் சரியா நடக்கிறது இல்லை.

டவுன்ல ஏதோ தெரு பெருக்கிற வேலையாம்! ஆண்டாளக்கா கூப்பிடுறாங்க போவட்டுமாடி!"

அம்மா, எங்கிட்ட கேட்டுச்சு.

நானும் விசாரிச்சுப் பார்த்தேன். சுவச் பாரத்துன்னு ஒரு திட்டம் மூலமா நகரத்துல இருக்கிற தெருவெல்லாம் சுத்தப்படுத்துற திட்டமாம். அதை ஒரு பிரைவேட் கம்பெனிக்கிட்ட ஒப்பந்தத்துக்கு விட்டுட்டாங்களாம். அவுங்கத்தான் இதுபோல கிராமத்துல இருந்து ஆளுங்களக் கூட்டிட்டுப் போயி வேலை வாங்கிக்கொண்டு மாச சம்பளமா கூலியைக் கொடுத்துடுவாங்களாம். மாசம் ஆறாயிரம் ரூபாய் அளவுக்கு கிடைக்குமாம். விசாரித்துப் பார்த்தேன்.

நான் பத்தாம் வகுப்பு படித்து முடித்தபோது ஐந்தாயிரம் மாத சம்பளத்துக்கு லெதர் கம்பனிக்குச் செல்ல அம்மா அனுமதி கொடுத்தது. இப்போ எதுவுமே படிக்காத அம்மாவுக்கு ஆறாயிரம் மாதம் சம்பளத்துக்குப் போவ நான் அனுமதி கொடுத்துவிட்டேன்.

அம்மாவுடன் சேர்த்து பத்து பேரும் மறுநாள் அந்த டவுன் நகராட்சி அலுவலகத்துக்குப் போனாங்க. அங்க இருந்த சூப்பர்வைசர் அக்காக்கிட்டச் சொன்னாங்க. அவுங்க அந்த ஆபீஸ்ல இருந்த பெரிய சூப்பர்வைசர்கிட்ட சொன்னாங்க. அவரும் இவுங்க பெயர்களை எல்லாம் பதிவு செய்து கொண்டு சொன்னார்.

"இங்க பாருங்கம்மா ஒவ்வொரு ஆளுக்கும் ஒரு ஜோடி மேல்சட்டை மட்டும் கொடுப்போம்" பிங்க் கலர்ல இருக்கும் சட்டையைக் காட்டினார்.

"காலையில் ஆறுமணிக்கெல்லாம் இங்க வந்துடனும். இந்த யூனிபார்ம் சட்டைய போட்டுக்கிட்டு நாங்க எந்தெந்தத் தெருவு யார் யாருக்குனு பிரிச்சுக் குடுக்கிறோமோ அந்தத் தெருவுக்குப் போயிடனும். உங்களுக்கு மாசம் முடிவுல ஆறாயிரம் சம்பளம் கொடுப்போம். அதுல உங்களுக்கு இன்சூரன்ஸ் மற்றும் பிராவிடன்ட் பண்டு எல்லாம் சேர்த்து ஒரு ஐநூறு பிடித்துக்கொண்டு மீதி கிடைக்கும். மாசம் முப்பது நாளைக்கும் வேலை. நடுவுல ஏதாச்சும் அவசரமா நீங்க லீவு எடுத்தா அன்னைய சம்பளத்தை புடிச்சுக்குவாங்க. இன்னா புரியுதா? மீதிய அந்த சூப்பர்வைசர் சொல்லுவார்."

அப்புறம் அந்த சின்ன சூப்ரவைசர் அக்கா வந்தாங்க!

"இங்கப் பாருங்கம்மா! உங்களுக்கு இரண்டு பேருக்கு மூனு தெருவுன்னு ஏரியாவுக்கு ஏத்தமாதிரி பிரிச்சுக் குடுப்போம். யூனிபார்ம் போட்டுக்கிட்டு, கழுத்துல ஒரு விசில் தொங்கவிட்டுக்கிட்டு, அந்த மூனுசக்கர வண்டியத் தள்ளிக்கிட்டு போவனும். ஒவ்வொரு வீட்டுக்கும் போயி விசில் ஊதணும். அவுங்க கொடுக்கிற குப்பையை வாங்கி இந்த வண்டியில கொட்டிக்கணும். கொட்டும் போதே மக்கும் குப்பை - மக்காத குப்பைனு பிரிச்சு கொட்டணும். அப்புறம் அந்தத் தெருவுல ஒரு குப்பைக் கூட இல்லாம பெருக்கி சுத்தப்படுத்தணும். குப்பை வண்டியைத் தள்ளி வந்து ஒரு அகலமான ரோட்ல நிறுத்தினிங்கன்னா அங்க பெரிய குப்பத்தொட்டி இருக்கும். அதுலக் கொட்டனும் பிறகு ஒரு பெரிய குப்ப லாரி வந்து அதை எல்லாத்தையும் அள்ளிக்கிட்டுப் போயிடும், காலையில வரும்போதே காலை சாப்பாட்டை கட்டிக்கிட்டு வந்துடுங்க. மதியானம் இரண்டு மணிக்கெல்லாம் வேலை முடிஞ்சிடும்; நான் ஒரு டூவீலர் வண்டியில வந்து சுத்திக்கிட்டே இருப்பேன். புரியுதா?"

"நாளைக்கு ஒன்னாம் தேதியிலிருந்து வேலைக்கு வந்துடுங்க!"

எங்கள் அம்மா, ஒரு வழியாக 'சுவிட்சா பாரத்' திட்டத்தின் கீழ் செயல்படும் நிறுவனத்தில் ஒப்பந்த துப்புரவு தொழிலாளியாகவும், நான் தொடர்ந்து லெதர் கம்பெனி தொழிலாளியாகவும் பணியாற்றத் தொடங்கினோம். அம்மா அதிகாலை நாலு மணிக்கே எழுந்து மாடுகளை அவிழ்த்து இடம் மாற்றிக் கட்டிவிட்டு சாணிகளை அள்ளிக் கொட்டிவிட்டு கொட்டகையை பெருக்கி சுத்தப்படுத்திவிட்டு, வாசல் பெருக்கி, தண்ணீர் தெளித்துவிட்டு, முகம் கழுவி, காலைக் கஞ்சியை ஒரு பாத்திரத்தில் எடுத்து ஒரு பையில், யூனிஃபார்ம் சட்டையையும் சேர்த்து வைத்துக் கொண்டு, எங்கள் ஊரின் வழியாக காலை ஐந்து மணிக்கு வரும் பஸ்சில் ஏறிப்போய், ஆறுமணிக்குள் நகரத்துக்கு சென்று வருகைப்பதிவை கொடுத்து விடுவார்கள்.

நான் ஆறு மணிக்கெல்லாம் எழுந்து, தங்கைகளுக்கும் எனக்கும் காலை மற்றும் மதிய உணவை தயார் செய்து விட்டு, குளித்து கிளம்பி ஒன்பது மணிக்கெல்லாம் கம்பெனி வேனில் புறப்பட்டுப் போவேன். பின்னர் இரண்டு தங்கைகளும் கிளம்பி புறப்பட்டுப்

போவார்கள். மாடுகள் மதியம் அம்மா வரும்வரை கட்டப்பட்டிருந்து பின்னர் மேயப்போகும்.

வயதுக்கு வந்த மூன்று பெண் பிள்ளைகளோடு அம்மா கண்ணம்மாவும் சேர்ந்து நாலு பெண்களின் வாழ்க்கை. சிலர் கேலியும் கிண்டலும் செய்தாலும், சிலர் எங்களைப் பார்த்து பாவம் பார்த்து இரக்கம் காட்டினாலும், சிலர் எங்களுக்கு வலிய வந்து உதவி செய்வதும் எங்களால் யூகிக்க முடிந்தது.

□

9

ஆடையும் அடியும்!

உங்கள் விடுதியில் நல்ல உடைகள் இரண்டு செட் கொடுத்ததாகவும், அது உனக்கு பிடித்திருப்பதாகவும் குறிப்பிட்டு எழுதியிருந்தாய்.

அன்புள்ள மகளே! தமிழில் 'ஆள்பாதி ஆடை பாதி' என்பார்கள். ஒவ்வொரு மனிதனுக்கும் ஆடை அவ்வளவு முக்கியமானது. ஆடையின்றி திரிந்த கற்கால மனிதர்கள் கடுங்குளிரிலிருந்து தங்களைக் காப்பாற்றிக் கொள்ளவே வேட்டையாடிய விலங்குகளின் தோல்களைக் கொண்டும், மரப்பட்டைகளைக் கொண்டும் தங்கள் உடலை மறைத்துக் கொண்டார்கள் என்பதுதான் மனிதகுல ஆடைகளின் வரலாறு.

பின்னர் மனிதகுல நாகரிகம் வளர, வளர ஆடை ஒரு முக்கியமான இடத்தைப் பிடித்தது மட்டுமல்லாமல் உலகின் சந்தையைப் பிடித்துக் கொண்டது. மதங்கள் தோன்றியபின் மக்கள் அணிய வேண்டிய ஆடைகளைப் பற்றி மதங்களே தீர்மானிக்கத் தொடங்கின. குறிப்பாக பெண்கள் அணியும் ஆடைகளை, ஆண் வர்க்கங்களே தீர்மானிக்கின்றன. சில தாழ்ந்த குலத்தைச் சேர்ந்த பெண்கள் தங்கள் மார்பகங்களை மூட மேலாடை அணியவும் போராட வேண்டியிருந்தது. நமது தென்னிந்தியாவின் தென்கோடியில் இருந்த திருவிதாங்கூர் சமஸ்தானத்தின் மன்னர் வீதியில் தேர்பவனி வரும்போது, தாழ்ந்த குலத்தைச் சேர்ந்த பெண்கள் தனது மேலாடையை எடுத்துவிட்டு கைகூப்பி வணங்க வேண்டும் என்ற நடைமுறை வழக்கத்திலிருந்தது என்பது வரலாறு. அதனால் குப்பாயம் அணிந்து கொண்டு உடலை மறைத்துக் கொள்ளலாம் என்று கிருத்துவ மதத்துக்கு மாறிய வரலாறும் உண்டு. மார்பை மறைக்க சேலையை உடுத்திக்கொள்ள வேண்டி ''தோள்சீலைப் போராட்டம்'' என்ற ஒரு போராட்டம் நடந்தது என்பதும் வரலாறு.

அதனால் பெண்கள் உடை அணிவதற்கே பலகட்ட போராட்டங்களை சந்திக்க வேண்டியிருந்தது. இங்கே நம்

குடும்பத்து கதையை நினைவு கூர்கிறேன். எங்கள் அம்மா கண்ணம்மாவுக்கு பெண் பிள்ளைகளாக பிறந்த நாங்கள் மூன்று பேருமே நல்ல உயரம், நல்ல உருவம், பொது மக்கள் பார்வையில் நல்ல அழகு. அதனால் பொதுவாக வெளிப் பார்வையில் எங்கள் மேல் பரிதாப்படுவது போலவும் ஒருசிலர், உதவி செய்ய வருவதாகவும் ஒருசிலர், காம வெறியோடு கிண்டல் செய்வோரும் ஒருசிலர், கண்ணம்மா 'வீட்ல மூன்று குதிரைகள் இருக்குடா அதுகள மடக்கனும்டா'ன்னு பேசும் இளைஞர்களும் சிலபேர் ஆதிக்க சாதியர்கள் உள்ள தெருவில் உள்ள சிலபேர் எங்கள் மூவரையும் சாதி பார்க்காமல் உரையாடுவதும், உரிமையோடு பேசுவதுமாக இருந்தனர். இந்த சமூகத்தில் நாங்கள் தலை நிமிர்ந்து ஒரு சராசரி பெண்ணாக வளர வேண்டும் என்று நான் முடிவெடுத்தேன்.

என்னுடைய ஊதியத்திலும், அம்மாவின் உழைப்பிலும் எனது இரண்டு தங்கைகளையும் படித்துவைத்துவிட வேண்டும் என்று முடிவெடுத்தேன். கல்வி ஒன்றே எங்களைப் போன்ற பெண்களை தலை நிமிர்ந்து வாழ உதவிடும் என்பதில் நான் உறுதியாக இருந்தேன். அப்பாவின் இறப்புக்குப் பின் என்னுடைய படிப்பைத் தொடரவில்லை என்றாலும் தங்கைகளின் படிப்புக்கு கவனம் செலுத்தினேன்.

உனது சிறிய சித்தி அதாவது எனது இரண்டாவது தங்கை 'காவியா' எங்களைப்போல் அல்லாமல் சற்று கோபக்காரி. புதிய வகை உடைகள் உடுத்துவதில் ஆசை கொண்டவள். அடிக்கடி விதவிதமான ஆடைகளை அணிந்து கல்லூரிக்குப் போவாள். பெரிய தங்கை அரசு தொழில் நுட்பக் கல்லூரியில் சிவில் டிப்ளமோவும், சிறிய தங்கை அரசுக் கலைக் கல்லூரியிலும் சேர்ந்து படித்து வருகின்றனர்.

ஒரு நாள் காவ்யா ஜீன்ஸ் பேண்ட், டி சர்ட்டுடன் உடை அணிந்து கல்லூரிக்கு சென்று கொண்டிருந்தாள்.

கல்லூரி காம்பவுண்டு சுவருக்கருகில் நின்றிருந்த மாணவர்களில் இருவர் காவ்யாவையும் அவள் உடையையும் பார்த்து கேலியும் கிண்டலுமாக பேசிக்கொண்டிருந்ததை பார்த்த காவ்யா தன் காலில் இருந்த கட்ஷூ செருப்பைக் கழட்டி பளார்... பளார்.. என்று ஓங்கி அறைந்துவிட்டாள். நிலை குலைந்துபோன இரண்டு இளைஞர்களும் திருப்பி அடிக்கவும் பயந்து காவ்யாமேல்

கோபமுற்று, கல்லூரி முதல்வரிடம் முறையிட்டார்கள். காவ்யாவை பள்ளிக் காவலர் மூலம் வரவழைத்த முதல்வர்,

"என்ன காவ்யா! இந்தப் பசங்களை செருப்பால அடிச்சையாமே!"

"ஆமாம் மேடம்!"

"நீ ஒரு பொண்ணு! உன் வயசு ஆம்பளங்களை அடிக்கலாமா?"

"நான் எதுக்கு அடிச்சேன்னு, அவங்களக் கேளுங்க மேடம்."

"நீங்க என்னப்பா பண்ணீங்க?"

"நாங்க ஒண்ணுமே பண்ணல மேடம்! சும்மா பேசிட்டு இருந்தோம்! அவ்ளோதான்!"

"நீங்க மட்டும் உங்களுக்குள்ளே பேசிட்டு இருந்தீங்க! அவ வந்து உங்கள செருப்பைக் கழட்டி அடிச்சாளா?" அது எப்படி நீங்க ஒண்ணுமே செய்யாம உங்கள வந்து அடிச்சிருப்பா? உண்மையா நடந்தது சொல்லுங்க!"

"மேடம்! நான் சொல்றேன் மேடம்! இன்னைக்கு 'ஸ்போர்ட்ஸ் டே'. நான் லாங் ஜம்ப், ஹை ஜம்ப், ரன்னிங், கபடி, பேட் மெட்டன் போல எல்லா ஈவன்ட்ஸ்லேயும் கலந்துக்க வேண்டியிருந்தது. அதனால ஒரு ஜீன்ஸ் ஆஃப் பேண்ட், மேலே ஒரு டீசர்ட் போட்டுட்டு வந்தேன்."

"அப்புறம்!"

இந்தப் பையன் "டேய் காவ்யா தொடையப் பாருடா" வாழத்தண்டு மாதிரின்னான்!"

அதோ நிக்கிறானே அந்தப் பையன் என்னோட மார்பகத்தைப் பார்த்து "ரெண்டு இளநீரும் முட்டிக்கிட்டு இருக்கு"ன்னா மேடம்.

"அதுக்கு!"

"அதுக்குத்தான் மேடம் எனக்கு கோவம் வந்துது ஷூவைக் கழட்டி அடிச்சேன்."

"உனக்கு எப்படி அடிக்கிறதுக்கு உரிமையிருக்கு! எங்கிட்ட வந்து கம்பளைன்டு கொடுக்க வேண்டியதுதானே! நான் விசாரிச்சு நடவடிக்கை எடுக்க மாட்டேனா?"

"ஒரு 'கோ' எஜுகேஷன் காலேஜ்ல இது மாதிரி ஒரு டிரஸ் போட்டு வரலாமா?"

“மேடம்! இன்றைக்கு ரெகுலர் காலேஜ் இல்லையே, யூனிபார்ம் போட்டு வர்றதுக்கு. ஸ்போர்ட்ஸ் டே தானே நான் விளையாட ஏதுவாத்தான டிரஸ் போட முடியும்! புடவையா மேடம் கட்டிவந்து விளையாட முடியும்!”

“நீ ரொம்ப பேசற! கொஞ்சம்கூட டிசிப்பிளின் இல்லை. நாளைக்கு உங்க பேரன்ட்ஸ கூட்டிட்டு வரணும். புரியுதா! டேய் தம்பிங்களா, நீங்களும் கிரவுண்டுக்குப் போங்க! நான் பாத்து நடவடிக்கை எடுக்கிறேன்.”

அந்த மாணவர்கள் வகுப்புக்குச் சென்றவுடன்,

“ஏய்! காவியா! இங்கப் பாருடி! இந்த உலகத்துல இப்படித்தான் ஆண், பெண் பாகுபாடு. பெண்களின் உடையிலத்தான் ஆபாசம் இருக்கு, அவுங்க ஒழுங்கா உடை அணியாததால்தான் பாலியல் வன்கொடுமை எல்லாம் நடக்குதுன்னு அவுங்களே சொல்லிக்குவாங்க! என்னம்மா, செய்யறது! நீ இங்க வந்த பிறகு இந்த ஸ்போர்டஸ் டிரஸ்ச மாத்திக்க வேண்டியதுதானே! சரி போ... நீ போய் கேம்ல கலந்துக்கோ! உங்க பேரண்ட்ஸ ஒரு நாளைக்கு கூட்டிட்டு வா. ஒண்ணும் அவசரம் இல்லை. கொஞ்சம் பேசணும். அவ்ளோதான். இப்போ நடந்ததை எல்லாம் மறந்துடு... ஸ்போர்ட்சுல கவனம் செலுத்து...”

“தேங்க்ஸ் மேடம்.”

புறப்பட்டு கிரவுண்டுக்குப் போனவள், விளையாட்டுப் போட்டிகளில் கலந்துகொண்டு கலக்கிவிட்டாள். பல விளையாட்டில் பரிசுகளை வென்றாள். சான்றிதழ்களையும் கோப்பைகளையும் வீட்டிற்கு அள்ளி வந்தாள். ஆனால் வீட்டில் பரிசுக் கோப்பைகளை அடுக்கி வைக்க அலமாரியோ, கப்போர்டோ மேசையோ எதுவும் இல்லை. ஒரு சாக்கு மூட்டையில்தான் கட்டி வைப்பாள்.

□

10

வீடு!

“நம்ம வீடு எப்படி? யாரும்மா கட்டனதுன்னு” கேட்டிருந்தாய்!

மகளே! நாங்கள் நான்கு பெண்கள் வசிக்கும் வீடு. அரசு கொடுத்த இலவச 15 x 40 மனைப் பட்டாவில் குடிசை அமைத்து வாழ்ந்து வருவது அனைவருக்கும் தெரியும். குழந்தையாக நாங்கள் இருக்கும்போது நாங்கள் ஒன்றாகப் பாயில் படுத்துறங்கி வாழ்ந்த கதை வேறு. ஆனால், நாங்கள் இப்போது அனைவரும் பெரியவர்கள், உடைகள் அதிகம் புத்தங்கள், எழுது பொருட்கள், உடை, உடல் அலங்காரப் பொருட்கள் என அத்தியாவசியப் பொருட்களின் எண்ணிக்கை கூடிப்போனது. நான்கு பெண்களும் காலையில் குளித்துவிட்டு கிளம்ப வேண்டும் குளிக்க தனியாக பாத்ரூம் இல்லை. தட்டிகளின் மறைவே எங்களின் பாத்ரூம். கழிப்பறை இல்லை. ஊருக்கு வெளிப்புறத்தில் இருக்கும் வாய்க்காங் கரைக்கே போகவேண்டும். அதனால் காலைக் கடன்களை முடிக்க இருட்டு விடியுமுன் அதிகாலையிலே போய்வந்துவிட வேண்டும். வீட்டில் திண்ணையைத் தவிர ஒரே அறை. அதுவே வரவேற்பு அறை, சமையல் அறை, படுக்கை அறை, பூஜை அறை என்று பல பரிமாணங்களால் கையாளப்பட்டு வந்தது. எனது மஞ்சள் நீர் சடங்கின் முன்பு அடித்த புயல் காற்று மழையால் ஒரு பக்க சுவரும் இடிந்து வீழ்ந்தது. அந்த சுவர், உடைந்த தகர ஷீட்களால் மறைக்கப்பட்டு வந்தது.

“அனைவருக்கும் உணவு, அனைவருக்கும் உடை, அனைவருக்கும் இருப்பிடம் அனைவருக்கும் கழிப்பிடம், அனைவருக்கும் சுகாதாரம் போன்ற அனைத்து அத்தியாவசியத் தேவைகள் முழுமை அடைந்தால்தான் ஒருநாடு வல்லரசு நாடு என்று கூற முடியும்” என்று ஒரு துணைவேந்தர் ஒரு கருத்தரங்கில் பேசியதை நான் சிறுவயதாக இருக்கும்போது கேட்டேன். இங்கு நாம் வசிக்கும் ஊரில் ஒருசில வீடுகள் மிகப் பிரமாண்டமாக உள்ளது. இரண்டுபேர் மட்டும் வசிக்கும் வீட்டிற்கு ஏழு அறைகள், கூடங்கள், நான்கு பாத்ரும்கள் எல்லாம் இருக்கின்றன. ஆனால்

நான்கு பேர் வசிக்கும் நம் வீட்டில் ஒரே ஒரு அறைகூட ஒழுங்காக இல்லை. வீடெல்லாம் ஒழுக்கு. மாட்டுக் கொட்டகை ஒரு புறம்போக்கு நிலத்தில் இருந்தது.

நான் ஏழாம் வகுப்பு படித்துக் கொண்டிருந்த போது ஒருநாள் வானத்தில் சூரிய கிரகணம் வந்தது. அறிவியல் இயக்கம் சூரிய கிரகணத்தைப் பார்க்க பல இடங்களில் ஏற்பாடு செய்திருந்தது. அவ்வகையில் ‘‘சூரிய கிரகணத்தை நேரடியாக வெறுங் கண்ணால் பார்க்கக் கூடாது. சூரிய பிம்பத்தை ஒரு சமதள கண்ணாடியின் மூலம் ஒருதிரையில் விழச் செய்துதான் பார்க்க வேண்டும். அல்லது சூரிய வடிகட்டிக் கண்ணாடியை அணிந்து கொண்டுதான் பார்க்க வேண்டும். ஊசித்துளை கேமரா மூலம் பிம்பத்தை பிடித்துத்தான் பார்க்க வேண்டும் என்று சூரிய கிரகணத்தை பார்க்கும் வழிமுறைகளை எங்கள் வகுப்பு ஆசிரியை சுபாஷினி எங்களுக்கெல்லாம் பயிற்சி கொடுத்தார்.

அன்று ஞாயிற்றுக் கிழமை விடுமுறை. நான் அன்று பள்ளிக்குச் சென்று வரிசையில் நின்று பிம்பம் வழியாக சூரிய கிரகணத்தைப் பார்த்துவிட்டு, மிஸ் கிட்ட சொல்லிட்டு வேகமாக வீட்டுக்கு ஓடிவந்து கதவைத் திறந்து வீட்டினுள் நுழைந்தேன். எங்கள் வீட்டுக்கு உள்ளே இருபதுக்கும் மேற்பட்ட கிரகணங்கள் தெரிந்தன. அது எப்படி என்றால் வீட்டின் கூரைகளில் இருந்த பொத்தல்கள் வழியாக சூரியக் கதிர்கள் வட்ட வட்டமாக தரையில் பிரதிபலித்துக் கொண்டிருந்தது. ஒவ்வொரு ஒளி வட்டத்திலும் சூரியக் கிரகணங்கள் தெரிந்தன. நான் மீண்டும் பள்ளிக்கு ஓடி எங்க ‘மிஸ்சை’ அழைத்து வந்து காட்டினேன். அவர்களும் அனைத்துப் பிள்ளைகளையும் அழைத்து வந்து எளியமுறையில் தெரிந்த சூரியகிரகணத்தைக் காண்பித்தார்கள்.

அந்த அளவுக்கு எங்கள் வீட்டுக் கூரை பொத்தல் பொத்தலாக இருந்தது என்பதை நினைவு கூர்கிறேன்.

நான் பணியாற்றி வந்த லெதர் கம்பெனியில் பதவி உயர்வு பெற்று படிப்படியாக முயன்று ஒரு ‘சூப்பர் வைசர்’ அளவுக்கு வந்து விட்டேன். சுமார் இருபது தொழிலாளர்கள் வேலையை நான் கண்காணிக்கும் அளவுக்கு உயர்ந்துவிட்டேன். அதாவது எனக்குக் கீழே இருபது பெண்கள் வேலை செய்கிறார்கள்.

இந்நிலையில்தான் மக்கள் வாழ்வதற்கு வீடு வேண்டியதின் அவசியத்தை முழுமையாக உணர்ந்தோம். அம்மாவுக்கு நான்

தலைப் பெண்ணாக மட்டுமல்லாமல், ஒரு ஆண் மகனாகவும், ஒரு நல்லத் தோழனாகவும் இருந்து கடமை செய்து வந்தேன். அந்த நேரத்தில் அரசு சார்பில் ஏழை மக்களுக்கு வீடுகட்டிக் கொள்வதற்காக இரண்டு லட்சம் ரூபாய் அளவுக்கு உதவி செய்வதை அறிந்து விண்ணப்பித்தேன். வீட்டுவசதி வாரியத்தின் இளநிலைப் பொறியாளரும், கிராம நிர்வாக அலுவலரும் வந்து பார்வையிட்டனர். பதினைந்து ஆண்டுகளுக்கு முன் புயல் வீசிய போது வீட்டு சுவர் வீழ்ந்ததால் நிவாரணநிதிக்கு எங்கள் வீட்டுப் பெயரையும் எழுதிச் சென்ற அதே வி.ஏ.ஓ.

“இங்க யாருங்க... கண்ணம்மா?” பொறியாளர் கேட்டார்.

“எங்க அம்மா தாங்க, இப்போ துப்புரவுப் பணியாளர் வேலைக்கு போயிருக்காங்க.”

“இது ஒரு காலத்துல் கவர்மன்ட் பட்டா குடுத்த இடமா?”

“ஆமாம் சார்.”

“பட்டா காப்பி இருக்கா?”

“இருக்கு சார்! ஆனால் கொஞ்சம் கிழிஞ்சி நைஞ்சு இருக்கு சார்.”

“பரவாயில்லை. உங்கப் பஞ்சாயத்து தலைவர்கிட்ட ஒரு சிபாரிசு லெட்டர் வைச்சு. இந்த ஃபார்ம ஃபில்லப் பண்ணி இந்த வி.எ.ஓ. கிட்ட கொடுத்துடுங்க! ஒங்களுக்கு இரண்டு லட்சம் ரூபாய் சேங்ஷன் ஆயிடும். கண்டிப்பா கிராம பஞ்சாயத்துத் தலைவர் அல்லது கவுன்சிலர் மேலும் எம்.எல்.ஏ. எல்லாரும் சிபாரிசுப் பண்ணிக் கையொப்பம் போடணும்.”

“பை...த... பை இன்னொன்னு சொல்ல மறந்துட்டேன். இந்த பிளாட் வேக்கண்ட் பிளாட்டா இருக்குன்னு காட்டணும். உங்களுக்கு வீடுகட்ட மானியம் சேங்ஷன் ஆகிடும். ஆனால் மூன்று தவணையாதான் கொடுப்பாங்க. அதுவும் பணமா தரமாட்டாங்க சிமெண்ட், கம்பி அதுபோலத்தான் கொடுப்பாங்க! ஓ...கே.”

ஒரே மாதத்தில் என்னுடைய முயற்சியால் லோன் சேங்ஷன் ஆயிட்டு. உள்ளூர் பொறியாளர் தம்பிமூலம் ஒரு வரைபடம் தயாரித்து, ஒரு உள்ளூர் கொத்தனார் குரூப் உதவியுடன் கட்டுமானப்பணி தொடங்கியது. சித்தாள் வேலைகளை பெரும்பாலும் என்னுடன் திவ்யா, காவியா இந்த மூன்று பேருமே, மாறிமாறி விடுமுறை எடுத்து மேற்கொண்டோம். வீடுகட்ட ஆரம்பிக்குமுன்னே பக்கத்தில் இருந்த ஒரு காலி மனையில் அந்த உரிமையாளரின் அனுமதி பெற்று சிறிய கொட்டகை அமைத்து தற்காலிகமாக வசித்து வந்தோம். அம்மா கண்ணம்மாவும், நானும் கொஞ்சம் தெரிந்தவர்களிடத்தில் கடன் வாங்கியும், இருந்த மூக்குத்தி, செயின், தோடு போன்ற சிறிய நகைகளை விற்றும் மூன்று மாதத்தில் வீட்டைக் கட்டிமுடித்தோம். வெளிப்பூச்சு முடியவில்லை என்றாலும் நாங்கள் நால்வரும் எளிய முறையில் பால்காய்ச்சி குடி புகுந்துவிட்டோம். அதற்கு முக்கிய காரணம் நாலு பெண்களும் நடுத்தெருவின் ஓரத்தில் எத்தனை நாளைக்கு குளிப்பது, உடை மாற்றுவது, சமைப்பது, சாப்பிடுவது, படிப்பது என்ற மானப் பிரச்சனைதான். சிவில் இன்ஜினியரிங் டிப்ளமோ படித்துக் கொண்டிருந்த திவ்யாவின் முயற்சியும், அவளுடன் படிக்கும் தோழிகளும் வந்து உதவி செய்து கட்டிடத்தை முடித்துக் கொடுத்தது மிகவும் சிறப்பு.

மகளே! உங்கள் ஹாஸ்டலில் டார்மன்டரி படுக்கையில் சௌகரியமாக படுத்துறங்குவதாக குறிப்பிட்டு எழுதியிருந்தாய். மகிழ்ச்சியாக இருந்தது. அதனால்தான் நமது வீடு வந்த கதையும், நாங்கள் வாழ்ந்த கதையையும் நினைத்துப் பார்த்தேன்.

எங்கள் காலனியில் எங்களைப் போன்ற சில குடும்பங்கள் இருந்தன. ஒருசிலர் சற்று வசதியான வீடும் கட்டிக்கொண்டு வாழ்ந்தனர். வீடு என்பது ஒரு மனிதனுக்கு எவ்வளவு அவசியம் என்பதை வாழ்க்கை எனக்கு உணர்த்தியது. நாங்கள் குழந்தைகளாய் வீட்டில் வளர்ந்தபோதும், புயல் மழையில் வீட்டுச் சுவர் இடிந்து விழுந்த போதும் நான் வருத்தமடைந்தேனே தவிர, வேதனைத் தெரியவில்லை. நாங்கள் அப்போது குழந்தைகள். சாணிபோட்டு மெழுகிய மண் தரையில்தான் இவ்வளவு காலம் வாழ்ந்தோம்! வளர்ந்தோம்! உறங்கினோம்! விளையாடினோம்! படித்தோம்! ஆனால் இந்த சமூகத்தில் பெரிய பெரிய வீடுகளில் வாழ்பவர்களைப்பற்றி பொறாமைக் கொண்டதில்லை.

நான் என் அம்மாவுடன் நகரத்துக்கு செல்லும்போது அங்கு நடைபாதை ஓரத்தில் பனியில், மழையில் வெயிலில் படுத்துறங்கி வாழ்பவர்களைப் பற்றி அம்மாவிடம் கேட்பேன்.

“ஏம்மா! இவுங்கல்லாம் இப்படி ரோடு ஓரத்தில் படுத்துக் கிடக்கிறாங்க!”

“ஏய்! அவுங்களுக்கு சொந்தமா வீடு கிடையாது. சிலபேரு பிச்சை எடுத்து சாப்பிட்டுவிட்டு இப்படி தெரு ஓரத்துல வந்து படுத்துக்குவாங்க! சிலபேரு ரொம்ப தூரத்துல இருக்கிற ஊர்ல இருந்து இங்க டவுனுக்கு வந்து ஏதாச்சும் வண்டியிழுத்து, கூலிவேலை செய்து பொழைக்க வந்திருப்பாங்க! அவுங்களுக்கெல்லாம் இந்த பிளாட்பாரம் தான் வீடு”ன்னு சொல்லுவாங்க!

அப்படின்னா நாம எவ்ளோ தேவலாம். நமக்கு குடிசை வீடானாலும் சொந்தமா வீடு இருக்குன்னு சந்தோஷப்பட்டுக்குவேன். பெரிய பெரிய வீடு வச்சுக்கிட்டு இருக்கிறவங்களப் பார்த்து பொறாமைப்படமாட்டேன். பெரிய தொழில் அதிபர் அம்பானி வீட்ல மொத்தமே மூனு பேர்தானாம். ஆனால், இருபத்தேழு அடுக்கு வீடுன்னு, எங்க டீச்சர் சுபாஷினி ஒருதடவை சொன்னாங்க. வீட்டுக்கு ஒரு மரம் வளர்ப்போம்’னு ஒரு செய்தியை கரும்பலகையில் எழுதிப்போட்டாங்க. அப்போது காற்றோட்டமான வீடு பற்றியும், வீட்டின் அருகில் மரம் வளர்க்க வேண்டியதின் அவசியம் பற்றியும் சொன்னாங்க. அப்போ ஒரு பையன் மிஸ் எங்களுக்கு வீடே இல்லை மிஸ்! எங்க மிஸ் மரம் வளக்கமுடியும்?”னு சொன்னான்.

“டேய் அப்போ நீ எங்கே இருந்துடா ஸ்கூலுக்கு வர்றே?”

“நாங்க ஒரு முதலாளியின் தென்னந்தோப்புல, காவலுக்கு இருக்கிறோம். அந்த முதலாளி போட்டுக்குடுத்த கொட்டாயிலதான் இருக்கிறோம். அது அவருடைய காவல் கொட்டாய் மிஸ்!” என்றான்.

இப்படி நெறையபேர் சொந்தமா வீடு இல்லாம இருக்காங்களேன்னு பார்த்து, நமக்குத்தான் வீடு இருக்கேன்னு நினைச்சுக்குவேன். நாங்க வளர்ந்த பிறகுதான் வீட்டினுடைய அவசியமும், அருமையும் தெரிஞ்சுது.

இப்போ நம்ம வீட்ல ஒரு ஹால், இரண்டு பெட்ரூம், ஒரு கிச்சன் ரூம், ஒரு பாத்ரூம், ஒருவழியாக வீடு அமைத்துவிட்டோம். எங்கள் வீட்டுக்கு வருபவர்கள் உட்கார்ந்து பேச ஒரு ஹால் இருப்பது எங்களுக்கு மகிழ்ச்சியானது. படுத்துறங்க உடை மாற்ற, சமையல் செய்ய என்று வீட்டின் வசதிகளும் கூடியிருந்தது.

எங்கள் அப்பா இருந்த காலத்தில், பெரும்பாலும் உறவினர்கள் வரமாட்டார்கள். வீட்டில் படுக்கக்கூட இடம் இல்லை என்ற காரணத்தால் வந்தாலும் யாரும் தங்குவது இல்லை. ஆனால் பெண்கள் நாங்கள் சேர்ந்து கட்டிய வீட்டிற்கு உறவினர்கள் வர ஆரம்பித்துவிட்டார்கள். தினமும் நாங்கள் நால்வரும் வெளியே கிளம்பும் எந்திரமயமான எங்கள் வாழ்க்கைக்கு இந்த வீடு மிகவும் முக்கியமான, அத்தியாவசியமான ஒன்றாக அமைந்தது. ‘கண்ணம்மா இல்லம்’ பெயர் சூட்டப்பட்டது.

□

11

கவர்மன்ட் வேலை!

மகளே! உன்னோட சித்திங்களப் பத்தி கேட்டிருந்தாய்.

"ஏன்டி கண்ணம்மா! பெரியப் பொண்ணுக்கு நாலரை கழுத வயசாவுது. அடுத்தப் பொண்ணுங்களும் சும்மா கும்முனு ஆம்பள சிங்கங்கள் மாதிரி வளர்ந்துட்டே வராளுங்க! பெரியவ மாலதிக்கு மாப்ள பாக்க வேண்டியதுதானே! இப்படியே போச்சுனா சின்னக் குட்டிங்க அவளுங்களே மாப்ள பாத்துருவாங்கடி! சட்டு புட்டுன்னு எங்கயாச்சும் சொந்தத்துலயாவது யார்னா இருக்காங்களா பாரும்மா!"

பக்கத்து வீட்ல இருக்கும் பெரியம்மா வந்து அம்மா கிட்ட கொஞ்சம் அரசல் புரசலா அடி போட்டுது.

"அதான் 'ஆடு' இல்லாத கொறையும்தான் இப்ப இல்லையே? அதான் ஓம் பொண்ணுங்களே சேந்து, ஒரு கூலி ஆள்கூட வைக்காம முடிச்சிட்டாங்களே! இதுக்கு மேல காலங் கடத்தக் கூடாதும்மா! காலா காலத்துல முடிச்சிடனும்மா!"

பெரியம்மா மீண்டும் மீண்டும் சொல்லிக்கிட்டே இருந்துது!

"என்னக்கா! நீங்க வேறஒண்ணு! எனக்கு மட்டும் ஆசை யில்லையா? என்ன! நான் என்ன! வீட்ல வச்சக்கினு வெவுச்சியா துன்னப் போறேன்."

"அவதான், அந்த மாலதி பொண்ணு, தங்கச்சி ரெண்டு பேரையும் படிக்க வச்சி முடிச்சி, கல்யாணம் கட்டிக் குடுத்தப் பிறகுதான் தான் கல்யாணம் பண்ணிக்கப் போறதா சொல்றா! நான் என்ன செய்ய முடியும்? நீங்க வேணும்னா அவக்கிட்ட பேசிப் பாருங்களா!"

"ஆமா! அலை எப்ப ஓயறது, தலை எப்ப முழுவறது? சும்மா இருடியம்மா! நான் பேசறேன்."

சின்னத் தங்கை காவ்யா இளங்கலை கல்லூரி படிப்பை முடித்து, முதுகலை அறிவியல் படித்தாள். விடுமுறை நாட்களில்

ஒரு பேக்கேஜ் கம்பனிக்குச் சென்று பேக்கிங் எண்ணிக்கை அடிப்படையில் செய்து கொடுத்து கூலியும் வாங்கி வருவாள். தேசிய மாணவர் படையில் சேர்ந்து அடிக்கடி வெளியூர்களில் நடக்கும் 'கேம்ப்'களில் கலந்து கொள்வாள். காலை மாலை நேரங்களில் 'வெயிட் லிப்ட்' பயிற்சிக்கும் போய்வருவாள், அதில் 'தேசிய சான்றிதழும்' வாங்கிவிட்டாள்.

முதுகலை அறிவியல் முடித்தவுடன் பகுதிநேர வேலை, உடற்பயிற்சி, பயிற்சி முகாம்கள் என்று எப்போதும் ஏதாகிலும் ஒரு வேலையை செய்து கொண்டே இருப்பாள்.

"ஏன்டி காவ்யா, இப்போ நீ எதுக்கு கூலி வேலைக்கெல்லாம் போறே! உனக்கு ஒரு வேலை கிடைக்கிற வரைக்கும் நான் பார்த்துக்கிறேம்மா! ஏதாச்சும் அரசு வேலைக்கு அப்ளிகேஷன் போடும்மா! பாத்துக்கலாம்" நான் சொன்னேன்.

பெரிய தங்கை திவ்யா பொறியியல் பட்டயப் படிப்பு முடித்துவிட்டு ஒரு 'கட்டிட வரை பணியாளர்' தனியார் அலுவலகத்தில் கட்டிட வரைபடம் போட்டுக் கொடுக்கும் பணிக்குச் சென்று கொண்டிருந்தார். தங்கைகள் படிப்பு முடித்திருந்த நிலையில் நாங்கள் மூவரும் மட்டுமல்லாமல் அம்மாவோடு சேர்ந்து நால்வரும் வேலைக்குச் சென்று கொண்டிருந்தோம்."

ஒருபுறம் எனக்கு மாப்பிள்ளை பார்க்கும் படலத்தில் எங்கள் தாய்மாமன் உட்பட, உறவினர்கள் அனைவரும் ஈடுபட்டுவிட்டனர்.

"ஆம்பள இல்லாதக் குடும்பம் நாமத்தான் அந்தப் பொண்ணுங்களுக்கு மாப்ள பாத்து கல்யாணம் பண்ணி வைக்கணும். மூனு பொண்ணுமே நல்லாப் படிச்சிட்டு இருக்காளுங்க! அதுக் கேத்த மாப்ளைங்களுக்கு நாம் எங்கப் போயி தேடறது. அதுவும் நம்ம சாதியில! பத்தாவது படிச்சாலே எங்கனாலும் பிட்டர், பிளம்பர், கொத்தனார்னு பசங்க ஓடிர்றானுங்க. கொஞ்சம் அதிகம் படிச்ச பசங்க ஒன்னு ரெண்டு பேரும் 'டவுனுக்கு' போயி தங்கிடுறானுங்க. இந்த சேரிப் பக்கமே தலையக் காட்ட மாட்றானுங்க. இன்னுங் கேட்டா எங்கம்மா, எங்கப்பன்னு சொல்லிக்கவே வெக்கப்படறானுங்க!"

"இந்த நிலையிலதான் இந்த மூனு குட்டிகளும் பெரிய படிப்பெல்லாம் படிச்சிட்டு கூலிவேலையா இருந்தாலும் கூச்சப்படாம செஞ்சி வராளுங்க. நாம எல்லாம் சேந்துதான் எப்படியாச்சும் அதுகளுக்கு ஏத்தவாறு மாப்ள பார்த்து முடிக்கணும்."

தாய் மாமன் ரங்கசாமி மாப்பிள்ளைப் பார்ப்பதில் தீவிரமாகி இருந்தார். எவ்வளவு மறுத்தாலும் முதலில் எனக்கு மாப்பிள்ளைப் பார்ப்பதிலே மாமா குறியாக இருந்தார்.

ஒரு நாள் ஆங்கில செய்தித்தாளில் வந்த ‘வேலை வாய்ப்பு’ செய்தியை வாசித்த காவ்யா வேலைக்கு அப்ளிகேஷன் போடுவதில் தீவிரமானாள். “அரசு காவல் துறையில் துணை ஆய்வாளர் பதவிக்கு ஆட்கள் தேர்வு” கல்வித்தகுதி, உடல் தகுதி, உயரம், எடை என்ற அனைத்து அளவிலும் தான் தகுதியானவள் என்று காவ்யா நம்பினாள்.

கூடுதலாக பட்டியலினத்தவர்களுக்குண்டான ஒதுக்கீடும் இருந்தது.

தனது தோழி ஒருவரின் ‘லேப்டாப்’ உதவியோடு ‘காவல் உதவி ஆய்வாளர்’ தேர்வுக்கு விண்ணப்பித்தாள். முதலில் நடந்த உடல் தகுதி தேர்வில், உயரம், எடை, ஓட்டம், நீளம் தாண்டுதல், கயிறு ஏறுதல் என்ற அனைத்து தேர்வுகளிலும் தேர்ச்சி அடைந்ததோடு, வந்து பங்கெடுத்தவர்களில் முதல் இடத்தையும் பெற்றிருந்தாள் என்பது குறிப்பிடத்தக்கது.

தேர்வானவர்களுக்கு அடுத்து எழுத்துத் தேர்வுக்கும் தேதி கொடுக்கப்பட்டது. ஒன்றுமே கவலைப்படாமல் தேர்வை எழுதினாள்.

எப்படிம்மா? தேர்வு இருந்தது என்று நான் கேட்டேன் “அக்கா! படிச்ச படிப்பு மட்டும் இல்லக்கா! படிப்பு முடித்தவுடன் நான் செய்த பகுதி நேர வேலைகள், நம்ம வீட்டு வேலைகள், கலந்து கொண்ட பயிற்சி முகாம்கள் எல்லாம்தான் எனக்கு நல்ல முறையில் தேர்வு எழுத உதவுச்சு. வாழ்க்கை அனுபவம்தான் ரொம்ப உதவுச்சு!”

சில நாட்களில் காவல் துறை ஐ.ஜி. அலுவலகத்திலிருந்து காவல் துணை ஆய்வாளர் பதவிக்கான பணி ஆணையும் வந்தது. மூன்று மாதப் பயிற்சிக்குண்டான இடமும், தேதியும் தாங்கி வந்தது அந்த ஆணை.

எங்கள் மூவரில் சிறியவளான ‘காவ்யா’ முதலில் ஒரு அரசாங்க வேலையில் சேர்ந்துவிட்டாள்.

பொறியியல் தொழில் நுட்பக் கல்லூரியில் பட்டயப் படிப்பு படித்துவிட்டு, ஒரு தனியார் கட்டிட ஒப்பந்தக்காரர் பொறியாளர்

அலுவலகத்தில் 'கட்டிட வரைபடம்' தயாரிக்கும் பணியை செய்து வந்த திவ்யா, அரசு வீட்டுவசதி வாரியத்தில் வேலை இருப்பதாக வந்த செய்தியைப் பார்த்து விண்ணப்பித்து இருந்தாள்.

விண்ணப்பித்த சில வாரங்களில் எழுத்துத் தேர்வுக்கும் நேர்முக இன்டர்வியூவுக்கும் கலந்துகொள்ள வேண்டி அழைப்பாணை வந்தது. அதில் கலந்துகொண்டு வெற்றி பெற்றார். இளநிலைப் பொறியாளராக பணியில் சேரும்படி 'உத்தரவு ஆணை' வந்தது. குடும்பமே ஆனந்தத்தில் மூழ்கியது.

“எப்படிம்மா எழுத்துத் தேர்வுலேயும், நேர்முக இன்டர்வியூவிலும் ஜெயிச்சே!” நான் கேட்டேன்.

“அக்கா! படிப்பு மட்டும் இல்லக்கா! அனுபவம்தாங்கா! நம்ம வீட்டைக் கட்டும்போது சித்தாள் வைக்காம நாமளே வேலை செஞ்சோமே! அதுல்லாம் உதவுச்சிக்கா. நேர்முகத் தேர்வுல ஒரு அடின்னா எத்தனை சென்டி மீட்டர்னு கூட ஒரு கேள்வி கேட்டாங்க. ஆறு அடி நீளம், மூனு அடி உயரம் சுவர் வைக்க எத்தனை செங்கல் வேண்டும் என்றுகூட கேள்வி இருந்துச்சு.”

திவ்யா மகிழ்ச்சியுடன் என்னிடம் உரையாடி மகிழ்ந்தாள்.

□

12

காதலும் கல்யாணங்களும்!

"நீங்கள் காதல் கல்யாணம் பண்ணிக்கிட்டீங்களான்னு" கேட்டிருந்தாய்!

மகளே! எனது இரண்டு தங்கைகளும் அரசுப் பணியில் சேர்ந்து விட்டார்கள். அம்மா 'சுவச்சா பாரத்' மூலம் துப்புரவு பணியாளராக சென்று கொண்டிருக்க, நான் மட்டும் லெதர் கம்பெனியில் பணியாற்றிக்கொண்டு வந்தேன்.

இந்நிலையில் காவல்துறையில் உதவி ஆய்வாளராக பணி ஆணை கிடைத்து பயிற்சியில் சேர்ந்திருந்த சிறிய தங்கை காவ்யா பயிற்சி நிறைவு பெறும் நிலையில் இருந்தாள், பயிற்சியின்போது மூன்று மாதமும் வீட்டுக்கு வரமுடியாது. உணவு, தங்குமிடம் அனைத்தும் பயிற்சி முகாமில்தான்.

"காவ்யா மேடம், நீங்க ஒண்ணும் தப்பா நினைக்கலன்னா நான் உங்கக்கிட்ட ஒண்ணு கேக்கலாம்னு இருக்கேன்."

"ஓ... தாராளமா கேளுங்க சார்! எங்கிட்ட இருந்தா நான் கொடுக்கிறேன். என்ன கேக்கப் போறீங்க 'ரிஷப்' சார்!"

"இல்ல... நாங்க பேசிக்கா... கேரளா! ஆனால் இங்க எங்கப்பா ரயில்வேல வேலைக்கு சேர்ந்ததிலிருந்து அம்பது வருஷமா, இங்க சென்னையிலதான் வசிக்கிறோம். நான் சென்னையில் ஒரு மெட்ரிக்குலேஷன் இங்கிலீஷ் ஸ்கூல்லதான் படிச்சேன். இப்போ அப்பா ரிட்டையர் ஆகிட்டார். அம்மா ஹவுஸ் ஒய்ஃப்தான் சென்னை கே.கே. நகர்ல சொந்தமா வீடு இருக்கு... அதான்..."

"சொல்லுங்க ரிஷப்... ஏன் நிறுத்திட்டீங்க காப்பி ஆறுது. குடிச்சிக்கிட்டே சொல்லுங்க. டைனிங் ஹால மூடிடப் போறாங்க!"

"எனக்கு உங்கள ரொம்ப பிடிச்சிருக்கு... அதனாலதான் 'ஐ லவ் யூ' சொல்றேன். நீங்கதான் நல்ல பதில் சொல்லணும்னு எதிர்பார்க்கிறேன்."

“ஓ…கே… இதுக்கு ஏன் இப்படி தயங்கறீங்க! என்னை ஏன் உங்களுக்கு பிடிச்சிருக்குன்னு தெரிஞ்சிக்கலாமா?”

“உங்ககிட்ட இருக்கிற பழகும் தன்மை, பட்டதை தைரியமா பேசும்… இல்லை… கேட்கும் குணம், அப்புறம் உங்க உயரம், பேச்சு.. அப்புறம் உங்க ‘அழகு’ எல்லாம்தான்.”

“ஓ… ரொம்ப தேங்க்ஸ் ரிஷப். உங்களப் பத்தி உங்கக் குடும்பம், உங்கப் பூர்வீகம் எல்லாம் சொன்னீங்களே! என்னப் பத்தி என் குடும்பத்தைப் பத்தி, எங்க சாதியைப் பற்றி ஏதாச்சும் கேட்க விரும்புகிறீர்களா ரிஷப்?”

“எனக்கு அதைப்பத்தியெல்லாம் கவலையில்லை. எங்கள் குடும்பம் எங்கப்பா எல்லாம் இடதுசாரி சிந்தனையாளர்கள். அதனால எனக்கும் அதே பார்வை உண்டு. படிக்கும் போது எஸ். எஃப்.ஐ. இயக்கத்தில்தான் இருந்தேன். அதனால எனக்கு இந்த சாதி சம்பரதாயத்துல நம்பிக்கையில்லை. எங்கப்பா, அம்மாவுக்கும் நம்பிக்கையில்லை.”

“ஓ… கே… ஐ லவ் யூ ட்டூ… பட் ஒன்திங் ரிஷப்! நான் எங்க குடும்பத்தைப் பற்றி சொல்லியே ஆகவேண்டும். எனக்கு தற்போது அப்பா இல்லை. நான் சிறுமியாக இருந்தபோதே இறந்துவிட்டார். நாங்கள் மூன்று பெண்பிள்ளைகள். காலனியில் அதாவது சேரியில் சிறிய வீடு மட்டும்தான் இருக்கிறது. சொந்தமா வேற நிலமோ.. சொத்தோ எதுவும் இல்லை. எங்க அம்மா, பெரிய அக்கா இவர்கள் முயற்சியால்தான் படித்தேன். நாங்க ஒரு தலித் என்ற தாழ்த்தப்பட்ட வகுப்பைச் சார்ந்தவர்கள். எங்கள் குடும்பம் தாழ்த்தப்பட்ட வகுப்பினர் மட்டுமே வசிக்கும் ஒரு சேரியில அதாவது காலனியில்தான் உள்ளது. பத்தாம் வகுப்போடு படிப்பை நிறுத்திய எனது அக்கா மாலதிதான் ஒரு கம்பெனியில் லேபரா வேலை செய்துகொண்டு என்னை படிக்க வைத்தார். எனக்கு நேர் மூத்தவள் திவ்யா, ஒரு பொறியியல் டிப்ளமோ பட்டதாரி. தற்போதுதான், நான் பயிற்சியில் சேர்ந்த பிறகுதான் அரசு வீட்டுவசதி வாரியத்தில் ஒரு இளநிலைப் பொறியாளராக பணியில் அமர்ந்துள்ளார்”

“இப்ப சொல்லுங்க நீங்க என்னை ‘லவ்’ பண்றீங்களா?”

“எதைப் பற்றியும் எனக்குக் கவலை இல்லை! நீங்க ஒரு போலீஸ் ஆபீசர்! நான் ஒரு போலீஸ் ஆபீசர்! அவ்ளோதான்! ‘ஐ லவ் யூ’ தட்ஸ் ஆல்!”

"எங்க மாலதி அக்காவுக்கும், திவ்யா அக்காவுக்கும் கல்யாணம் முடிஞ்சப் பிறகுதான், நம்ம கல்யாணம்! அது வரைக்கும் காத்திருக்கணும். ஓ...கே... வா?"

நான் எத்தனை வருஷம் வேணும்னாலும் வெயிட் பண்ணுவேன். நீங்க எப்ப மேரேஜ் செஞ்சக்கலாம்னு சொல்றீங்களோ! அப்போ பண்ணிக்கலாம். நோ பிராபலம்!

"ஓ... கே... தேங்க்ஸ்... விசில் சத்தம் கேக்குது... மார்ச் பாஸ்ட்டு ஸ்டார்ட் ஆயிடுச்சு, அப்புறம் பேசலாம். பை...."

கேன்டீனில் காப்பி குடிக்கும்போது உரையாடிக் கொண்டிருந்த காவ்யா - ரிஷப் இருவரும் மைதானத்தை நோக்கி சென்றனர்.

இன்னொரு பக்கம் எனது முதல் தங்கையும் தனது பொறியியல் பட்டயப் படிப்பை முடித்தவள். அரசு வீட்டு வசதி வாரியத்தில் இளநிலைப் பொறியாளராக பணியில் சேர்ந்தாள் என்று நான் முன்பே சொன்னேன்... அவளுக்கும் அங்கு தன்னுடன் பணிபுரியும் ஒரு இளநிலைப் பொறியாளருக்கும் காதல் ஏற்பட்டது. அவர் பெயர் காமேஷ்.

காமேஷ் வேறு யாரும் இல்லை. திவ்யா தோழியின் சகோதரன்தான். திவ்யா கல்லூரியில் சேருவதற்கு அப்ளிகேஷன் போடவும், ஜாதி, வருமானம் மற்றும் குடியுரிமை சான்றிதழ் வாங்கவும் உதவி செய்தவர். அதனால் இருவருக்கும் நல்ல நட்பு இருந்தது. தற்போது காமேஷ் அதே வீட்டு வசதி வாரிய அலுவலகத்தில் இளநிலைப் பொறியாளராக பணி செய்து வருகிறார்.

"என்ன காவ்யா, வீட்டுல அக்கா மாலதிக்கு மாப்பிள்ளை பாக்கலையா?"

"இல்ல... அக்கா கல்யாணம் முடிஞ்சாதான் நீங்க கல்யாணம் செஞ்சுக்குவீங்கன்னு சொல்லுவீங்க!"

"ஆமாம்! அதுல நான் உறுதியாக இருக்கிறேன். ஆனால் நீங்க என்ன முடிவெடுக்கப் போறீங்க காமேஷ்! உங்க வீட்ல சாதி பாப்பாங்களே! நீங்கல்லாம் ஒசந்தசாதின்னு சொல்றாங்களே! அப்புறம் பிரச்சனை வந்துடப் போவுது. நல்லா யோசனை செய்து முடிவெடுங்க காமேஷ்!"

"நான் உறுதியா இருக்கிறேன் காவ்யா. நான் கல்லூரி படிக்கும் போது எஸ்.எஃப்.ஐ. என்ற இயக்கத்தில் இருந்தவன். அதுக்கப்புறம்

டைஃபி என்ற ஜனநாயக வாலிப சங்கத்துல இருந்து இயக்கம் பண்ணவன், அதனால எனக்கு இதுமாதிரி சாதி, மதம் சம்பரதாயம் போன்ற எவற்றிலும் நம்பிக்கை இல்லை திவ்யா!''

''எல்லாம் இப்ப அப்படித்தான் சொல்லுவீங்க! அப்புறம் எங்க அப்பா சொல்றார்! எங்க மாமா சொல்றார்! அப்படின்னு சாதி பாப்பீங்க! இப்பத்தான் அங்கங்க ஆணவக் கொலை நடக்குது. நல்லா யோசனை பண்ணி முடிவெடுங்க!''

''திவ்யா, நான் சொல்றத நம்பு. என்னோட குடும்பத்துல எல்லோரும் என்னைப் பற்றி புரிஞ்சிக்கிட்டவங்கதான் என்னோட கல்யாணத்தப் பத்தி என் முடிவு என்னவோ அதைத்தான் அவுங்களும் ஏத்துக்குவாங்க. எனக்குத் தடையா இருக்க மாட்டாங்க! ஒரே ஒரு விஷயம் மட்டும்தான்; என் தங்கை ராதிகாவுக்கு கல்யாணம் முடிஞ்சப் பிறகுதான் என்னோடக் கல்யாணம்னு சொல்லுவாங்க! அதான் உங்க அக்கா மாலதியின் கல்யாணம் முடிஞ்சாதான் உன் கல்யாணம்னு ஆயிடுச்சே! அதுக்குள்ள என்னோட தங்கச்சிக்கு கல்யாணமும் முடிஞ்சிடும். என்னை நம்பு திவ்யா!''

ஒரு வழியாக முதலில் சிறிய தங்கை காவியாவும், இரண்டாவதாக பெரிய தங்கை திவ்யாவும் காதல் வயப்பட்டு என்னுடைய திருமணத்துக்காக காத்துக் கொண்டிருந்தனர் என்பது எனக்கு தெரிய வந்தது.

''ஏன்டி மாலதி, உனக்கு ஏன் இன்னும் கல்யாணம் முடிக்கலன்னு எல்லாரும் கேக்க ஆரம்பிச்சுட்டாங்க! நீ என்னடி முடிவு பண்ணப்போற! உன் தாய் மாமன், அதான் என் தம்பி உனக்கு 'எங்கெங்கோ மாப்ள பாக்க ஆரம்பிச்சுட்டான். நீ தான் சொல்லணும். வயசு வேற ஏறிக்கிட்டே போவுது!''

''ஏம்மா! திவ்யாவுக்கும், காவியாவுக்கும் கல்யாணத்தை முடிச்சிட்டுதான் நான் கல்யாணம் பன்னிக்கிறதா இருக்கேம்மா! நான் உன்னே இங்க விட்டுட்டு வெளியே போக விரும்பலம்மா! அதுவும் வீட்டோட ஒரு மாப்ள பையன் வந்தால் பார்ப்போம்மா. சும்மா இருங்கம்மா!''

''ஆமாம்! அலை எப்ப ஓயறது! தலை எப்ப முழுகறது! என்ற கதையாத்தான் இருக்குடி. உன்னோட கல்யாணம் முடியாம, அவளுங்களுக்கு நான் எப்படி மாப்ள பாக்க முடியும்?''

"உனக்கு ஒண்ணும் தெரியாது! சும்மா இரும்மா! அவளுங்க ரெண்டு பேரும் ஏற்கெனவே மாப்ள பாத்து வெச்சுருக்காளுங்க? அதை முடிப்போம்!"

ஒரு சில மாதங்கள் உருண்டது. நான் வேலை செய்யுற லெதர் கம்பெனிக்கு ஒருநாள், தொழிற் சங்கத்திலிருந்து மூன்று தோழர்கள் வந்தார்கள். அவரில் ஒருவர் ஏற்கெனவே எனது அப்பாவின் இறுதிச் சடங்கு நடக்கும் போது, வந்தவர். எனக்கு நன்றாகத் தெரியும்.

அவர்தான்.

"என் அப்பாவுக்கு என்னையே ஏன் கொள்ளி வைக்கக் கூடாது" என்று பெரியப்பாவிடம் கேட்டவர்.

"என்ன மாலதி எப்படி இருக்கீங்க... உங்கக் கம்பனியில் கூலி உயர்வு தொடர்பாக பேச்சு வார்த்தைக்கு வந்திருக்கோம். நீ யெல்லாம் இந்த சி.ஐ.டி.யு. தொழிற் சங்கத்துல சேர்ந்துட்டிங்களா?"

"சேர்ந்திருக்கேன் அண்ணா. இங்க ரேவதின்னு ஒரு அக்கா இருக்காங்க, அவுங்கதான் உறுப்பினராக சேர்த்தாங்க."

"நான் அண்ணா இல்லை! தோழர் - தோழர்னே கூப்பிடுங்க. அம்மா, தங்கையெல்லாம் நல்லா இருக்காங்களா? தோ... ரேவதி தோழர் வந்துட்டாங்க! நாங்க கம்பெனி முதலாளியோட பேசிட்டு வர்றோம்! நீங்களும் வரலாமே... தோழர்."

"இல்லை நீங்க போயிட்டு வாங்க! தேங்க்ஸ்"

பேச்சு வார்த்தை முடிந்து திரும்பி வந்தனர்.

மாலதி தோழர்! பேச்சு வார்த்தை நல்லபடியாதான் முடிஞ்சிருக்கு! ஊதிய உயர்வு மட்டும் இல்லை. மேலும் ஓவர் டைம் ஊதியம், பெண்களுக்கு பிரசவகால விடுப்பு, சீருடை போன்ற எல்லாக் கோரிக்கையும் ஏத்துக்கிட்டாங்க. ரேவதி தோழர் எல்லாத்தையும் உங்கக்கிட்ட சொல்லுவாங்க! நாங்க போயிட்டு வர்றோம் தோழர்."

"தேங்க்ஸ் அண்ணா!"

"அண்ணா இல்லை... ! தோழர்!"

என்று சொல்லி கம்பெனியிலிருந்து விடைபெற்றார் 'சரவணன்'!

"சரவணன் தோழர்! அந்தப் பொண்ணு மாலதி உங்களுக்கு முன்னமே தெரியுமா?" தோழர் தமிழ்ச்செல்வன் கேட்டார்.

நல்லாத் தெரியும் - அவுங்க எங்க ஊர் பக்கம்தான். அவுங்க அப்பா சாவுக்கு நாங்க போயிருந்தோம். மாதர் சங்கத்திலிருந்தும் சத்தியா, இளவரசியெல்லாம் வந்திருந்தாங்க. அவுங்க அம்மா கண்ணம்மா மாதர் சங்கத்துல உறுப்பினரா இருந்தாங்க. அதனால அவுங்கக் கூட நானும் போயிருந்தேன். அவுங்க அப்பா இறந்தப்போ இந்தப் பொண்ணு பத்தாவது தான் படிச்சிட்டு இருந்தது. வீட்ல கொள்ளிபோட யாரும் ஆம்பளைங்க இல்லை. அப்போ நாங்கல்லாம் அவுங்க பெரியப்பாகிட்ட சொல்லி இந்தப் பெண்ணை கொள்ளிபோட வச்சோம். நல்ல குடும்பம்; ஏழ்மையான குடும்பம். இப்ப எப்படி இருக்காங்கனு தெரியாது. ஆனா இப்பப் பார்த்தா இந்தப் பொண்ணு இந்தக் கம்பெனியில் வேலை செய்யுது."

"ஏன் தோழர்! அந்தப் பொண்ண நீங்க கல்யாணம் பண்ணிக்கக் கூடாது? உங்களுக்கு இப்போ வயசு என்ன?" தமிழ்ச்செல்வன் கேட்டார்.

"முப்பத்து எட்டு" தோழர்.

"இப்போ அந்தப் பொண்ணுக்கு எப்படியும் முப்பதைத் தாண்டிதான் இருக்கும், வீட்டுல போய்க் கேட்டுதான் பார்ப்போமே!"

அடுத்த இரண்டு நாளில் பெண்ணின் குடும்ப விவரம், வீடு, அம்மா, தங்கைகள், தாய்மாமன், பெரியப்பா என அனைத்து விவரங்களையும் கண்டுபிடித்து கொண்டு வந்து கொடுத்தார் தோழர் தமிழ்ச்செல்வன்.

திருமணம் பேசிமுடிக்கும் பொறுப்பை மூத்த தோழர் முருகனிடம் விடப்பட்டது.

அடுத்தநாள் தோழர் முருகன் நேராக கம்பெனிக்குச் சென்று மேலாளர் அனுமதி பெற்று என்னிடம் வந்தார். தனியாக உட்கார்ந்து முப்பது நிமிடம் பேசினார். என்னுடைய குடும்பம், தோழர் சரவணனின் குடும்பம் பற்றி விவரமாக பேசினோம். பையனுடைய வயதையும், படிப்பு, வேலை அனைத்தையும் சொன்னார்.

"முதலில் உன்னுடைய விருப்பத்தைச் சொல்லுங்க மாலதி" என்று கேட்டார்.

"எனக்கு விருப்பம்தான்! அம்மாவிடம் ஒரு வார்த்தை கேக்கணும்."

"உங்க வயது?"

"எனக்கு வயது முப்பத்து நான்கு" என்றேன்.

"தோழருக்கு முப்பத்தி எட்டு" என்றார்.

"நீங்கள் ஒப்புதல் தந்தால் மீதி உங்கம்மா, உங்க மாமா, உங்க பெரியப்பா, உங்க சகோதரிகள் எல்லார் கிட்டேயும் நான் பேசிக்கிறேன்" என்றார்.

நான் அமைதியாக தலை அசைத்தேன்!

"வாழ்த்துக்கள் தோழர்! அப்போ நான் கிளம்பறேன்!" என்றார்.

அடுத்து இரண்டு நாட்களுக்குள், பெரிப்பா, மாமா, அம்மா என அனைவரிடமும் பேசிவிட்டார். எங்கள் குடும்பம் மட்டும் அல்ல எங்கள் ஊருக்கே தலைப்புச் செய்தியாகிப் போனது.

இந்த மாலதிப் பொண்ணுக்கு இவ்ளோ வயசு முத்திப்போச்சே! அம்மா, தங்கச்சிங்கன்னு மாடாட்டும் உழைச்சிக்கிட்டு இருந்தா! இவ எங்கதான் போயி குப்பக் கொட்டப்போறான்னு நெனச்சோமே! இப்போப்பாரு! ஒரு கம்பெனியில் வேலை செய்ற மாப்பளையே வந்து பொண்ணு கேக்க வரப்போறானாண்டி...!" நடவு நட்டுட்டு இருந்த முருவம்மா சொல்லிக்கிட்டு இருந்தது.

அடுத்த நாள் காலை, அம்மா நகரின் துப்புரவு பணிக்கு சென்று மாலையில் வீட்டில் இருந்தார்கள். அன்று ஞாயிறு விடுமுறை. அதனால் நாங்கள் அனைவரும் வீட்டில் இருந்தோம். ஊரிலிருந்து மாமா வந்தார். பக்கத்து வீட்டிலிருந்த பெரியப்பாவை வரவழைத்தார்.

"அக்கா நான் இன்னைக்கு ஏன் வீட்டுக்கு வந்திருக்கேன் தெரியுமா?"

"சொல்லுப்பா" அம்மா கேட்டார்கள்.

"எல்லாம் மாலதி திருமண விஷயம்தான்? முருகன்னு ஒருத்தர் என் வீட்டு அட்ரசைக் கண்டுபிடித்து வந்தார். அவர் மாலதிக்கு ஒரு மாப்பிள்ளைப் பையன் இருக்கான் அவனுக்கு உங்க அக்காப் பொண்ணக் கட்டி வச்சா, நல்லா இருப்பாங்கன்னு சொன்னாரு.

அவரு சொன்னதைப் பார்த்தா, கம்பனி வேலை. வயசு பையனோட குணம், தொழிற்சங்க அனுபவம்னு எல்லாம் சரியாத்தான் எனக்குப் படுது. இதுக்கு மேல காலத்தை நீட்டிட்டே போறது எனக்கு சரின்னு படல..! என்ன மாமா! நீங்க என்ன சொல்றீங்க?'' பெரியப்பாவைப் பார்த்துக் கேட்டார்.

"ஏவ்... அவரு எங்கிட்டையும் வந்து பேசனாரு.... எனக்கும் நல்லாத்தான் படுது... இதுக்கு மேல தள்ளி வைக்க முடியாது.'' பெரியப்பா சொன்னாரு.

''அவ.என்னமோ! அவளோட தங்கச்சிங்களுக்குக்கெல்லாம் கல்யாணத்தைப் பண்ணி முடிச்சிட்டுத்தான், தான் கல்யாணம் பண்ணிப்பேங்கறா..! அதுவும் என்னையும் பாத்துக்குற மாதிரி வீட்டோட மாப்பிள்ளையா இருக்கனம்னு சொல்றா...! அவளக் கேளுங்க...!''

"அம்மாவை இங்கத் தனியா விட்டுட்டு நான் கல்யாணம் பண்ணிட்டுப் போக எனக்கு விருப்பமில்லைதான். ஆனால், தங்கச்சிங்க ரெண்டு பேரும் என்னோடக் கல்யாணம் முடிஞ்சாதான், தாங்கள் கல்யாணம் பண்ணிக்கப் போறோம்னு சொல்றாளுங்க.''

"உங்களுக்கு தெரியாது! ரெண்டு பேருமே, மாப்பிள்ளை பார்த்துட்டாளுங்க; திவ்யாவும் ஒருத்தரை விரும்புறா! காவ்யாவும் ஒருத்தரை விரும்புறா. அதனாலதான் நானும் திருமணம் செஞ்சுக்கலாம்னு முடிவு பண்ணிட்டேன். இதுக்கப்புறம் நீங்க முடிவு பண்ணிக்குங்க.''

"என்னடி திவ்யா, காவியா, உண்மைய சொல்லுங்கடி! மாலதி சொல்றதெல்லாம் உண்மையா?'' அம்மா கேட்டார்.

"ஆமாம்மா! அக்கா சொல்றது உண்மைதான்.'' தன்னைக் காதலிக்கும் பையனைப் பற்றி முழு விவரத்தையும் சொல்லி முடித்தாள் திவ்யா.''

"நீ யாரடி காதலிக்கிற?'' காவ்யாவைப் பார்த்து மாமா கேட்டாரு.

"ஆமாம்! என்னை ஒருத்தர் கல்யாணம் கட்டிக்க ஆசைப்படறார்.. அவரைப் பற்றிய முழு தகவல்களையும் கூறி முடித்தாள் காவ்யா.''

"சரி, அப்புறம் என்ன? எல்லா வேலையும், யாருக்கும் தொந்தரவு வைக்காமல் முடிச்சிட்டாளுங்க! நல்ல விஷயம்தான் மொதல்ல மாலதிக்கு கல்யாணத்தை முடிச்சிடுவோம். உங்க எல்லாருக்கும் சம்மதம்தானா? நான் அவரு முருகன் கிட்ட பேசி

கல்யாணத்துக்கு ஏற்பாடு பண்றேன். பொறுப்ப என்கிட்ட விடுங்க, நான் பாத்துக்கிறேன். சரி கிளம்புங்க..!" என்றார் பெரியப்பா!

உடனடியாக அடுத்தநாளே, முருகன் அவர்களிடம் பெரியப்பா பேசினார்.

மாலதியை வரவழைத்து - சரவணனுடன் தனியாக பேசும்படி விட்டார்கள். சுமார் அரைமணி நேரம் பேச்சு வார்த்தைக்குப் பின்னால் வெளியே வந்தனர்.

"நானும் எங்கள் பெற்றோரிடம் பேசிவிட்டேன். எங்கள் திருமணம் முடிந்த பின் மாலதி வீட்டிலே இருப்பதற்கும் நான் சம்மதித்துவிட்டேன். ஆனால் திவ்யா, காவியாவின் திருமணம் முடியும்வரை மாலதி மட்டும் அவர் அம்மா வீட்டிலே இருக்கவும் நான் எங்கள் வீட்டிலே இருக்கவும் முடிவு செய்துவிட்டோம். அவர்கள் இருவரின் திருமணமும் முடிந்தபின் நான் மாலதி வீட்டில் தங்குவதற்கும் சம்மதித்துள்ளோம்" என்றார் சரவணன்.

மாலதியும், 'ஆமாம்' என்று தலையை ஆட்டினாள்.

அடுத்த இருபது நாள் கழித்து இரு வீட்டுப் பெற்றோர்களையும் வரவழைத்து ரிஜிஸ்டர் ஆபீசில் தோழர்கள் சிலர் சாட்சியுடன் திருமணம் முடிந்தது. மாலை மிக எளிய முறையில் ஒரு தேநீர் விருந்துடன், தொழிற் சங்கத் தலைவர் வாழ்த்துரையுடன், ஒரு பூங்காவில் திருமண வரவேற்பும் நடந்தேறியது.

என்னுடைய திருமணம் முடிந்த ஒரு வாரத்தில், அதே எளியமுறையில் ஒரு வரவேற்பு கூடத்தில் மாலதி - சரவணன் முன்னிலையில் திவ்யா-காமேஷ் திருமணம் இருவீட்டார் சம்மதத்துடன் நடந்தது.

அடுத்த ஒரு வாரத்தில் திவ்யா - ரிஷப் திருமணம் ஒரு திருமண மண்டபத்தில் மலையாள முறைப்படி மாப்பிள்ளை வீட்டார் செலவில், வரதட்சணையின்றி முடிந்தது.

திவ்யாவும், காவ்யாவும் அவரவர் தனிக்குடித்தனம் நகரத்துக்குச் செல்ல, கண்ணம்மா; அம்மாவுடன் நானும் உன் அப்பாவும் நமது ஊரில் வாழ்ந்துவர ஆரம்பித்தோம்.

□

13

ஜென்னி

“எனக்கு யாரும்மா பேர் வச்சது? எங்க ஃபிரண்ட்ஸ் எல்லாம், பேரு நல்லா இருக்குன்னு சொல்றாங்க!” என்று கடிதம் மூலம் கேட்டிருந்தாய்!

என் அன்பு மகளே!

“நான் பிறந்த காரணத்தை நானே அறியு முன்னே

நீயும் வந்து ஏன் பிறந்தாய்! செல்வ மகனே!”

என்ற திரைப்படப் பாடல் ஒன்று உன்னைப் பார்க்கும் போதெல்லாம் என் நினைவுக்கு வரும்.

தற்போது திவ்யா சித்தி பக்கத்து நகரத்தில் ஒரு வாடகை வீட்டில் வசித்து வருகிறாள். இருவரும் பொறியாளர்கள். இரண்டு பேரும் அரசு பணிக்கு செல்பவர்கள். அவர்களுக்கு இயந்திர வாழ்க்கை. ஆனால், மகிழ்ச்சியான வாழ்க்கை. காவ்யா சித்தி போலீஸ் அதிகாரி. அவள் கணவரும் காவல் துறையில் ஒரு உதவி ஆய்வாளர். சென்னையில் வெவ்வேறு காவல் நிலையத்தில் பணி புரிந்தாலும் வசிப்பிடம் கே.கே.நகர். மாமனார் மாமியார் உடன் இருக்கிறார்கள். மகிழ்ச்சியான வாழ்க்கை.

நானும் உன் அப்பாவும் நமது பூர்வீக வீட்டில்தான் சொந்தங்கள், உறவினர்கள், நமது சேரி மக்கள், பாசமுள்ள மக்கள், அப்பாவின் தோழர்களின் தோழமையுடன் வாழ்ந்து வருகிறோம்.

திருமணமான ஒரு வருடத்தில் எங்களுக்கு அழகு தேவதையாக நீ பிறந்தாய். நீ வயிற்றில் இருக்கும்போதே எனக்கும் உன் அப்பாவுக்கும் ஒரே வாக்குவாதம்.

“எனக்கு ஆண் குழந்தைதான் பிறக்க வேண்டும் என்பது என் விருப்பம். ஏனெனில் எங்கம்மாக்கூட பிறந்தவர்கள் ஐந்து பெண்கள். அம்மாதான் மூத்த பெண். அவுங்க பட்டப்பாடு கொஞ்சம் நஞ்சம் அல்ல. எங்கம்மாவுக்கு நாங்கள் மூணு பெண்கள். நான் பிறக்கும் போது, நானும் ஒரு பெண் குழந்தை

என்பதால், எங்கள் வீட்டு மாட்டுக் கொட்டகையில் எங்கவீட்டு பசுமாடு ஈன்ற பெண் கன்றுக்குட்டிக்கு இருந்த மதிப்பு, மரியாதை கூட, பெண்ணாய் பிறந்த எனக்கில்லை என்று எங்க செல்லம்மா பாட்டி சொல்லுச்சி.''

''அதனால் நாங்க பட்ட கஷ்டம் எல்லாம் போதும் எனக்கு ஆண் வாரிசுதான் வேண்டும்'' என்பேன்.

இருந்தாலும் ஒரு பெண் கருவுற்று, கருவை சுமந்து பிள்ளையை பெற்றெடுக்கும் வரை அவள் உடலளவில், மனதளவில், சமூகப் பார்வையில் ஏற்படும் மாற்றங்களைப் பற்றி நான் அறிந்த தெரிந்த சில தகவல்களை உனக்கு சொல்லிவைக்க ஆசைப்படுகிறேன்.

"கர்ப்பகாலம் என்பது பத்து மாதம் என்று பலர் சொல்லிக் கொண்டிருந்தாலும், 280 நாட்கள், அதாவது ஒன்பது மாதங்களில் தான் பெரும்பாலும் பிரசவம் நடைபெறுகிறது. பத்து நாட்கள் முன்போ அல்லது பின்போ இருக்கலாம். இதுவும் அனுமதிக்கப்பட்ட காலமே!

கர்ப்பகாலம் ஒரு பெண்ணின் வாழ்க்கையில் ஏற்படும் முக்கியமான பயணகாலம். இது ஒரு திகைப்பான, அற்புதமான பயத்தையும் கொடுக்கக் கூடிய பயண காலம். இந்தப் பயண காலத்தில்தான் பலவிதமான விசித்திரமான, எதிர்பாராத, ஆச்சரியமான மாற்றங்கள் பெண்களின் உடலில் ஏற்படுகின்றன.

ஒரு ஆரஞ்சுப் பழத்தின் அளவே இருக்கும் கர்ப்பப்பை, கர்ப்பமுற்ற மூன்றாவது மாதத்தில் ஒரு தர்பூசணி பழம் அளவுக்கு பெரிதாக மாறிவிடும். கர்ப்பப்பை அதன் உண்மையான அளவு மாதிரி சுமார் நூறு மடங்கு பெரியதாவதற்குக் கூட வாய்ப்பு உண்டு.

ஒரு பெண்ணின் உடலை கர்ப்பம் முழுவதுமாக மாற்றி விடுகிறது. ஒரு பெண் தன் வயிற்றில் குழந்தையை சுமக்க ஆரம்பித்துவிட்டால், அவள் நிறையக் காரியங்களில் தன்னை மாற்றிக்கொள்ள வேண்டும். நிறைய காரியங்களில் தன்னை விட்டுக்கொடுத்து வாழப் பழகிக்கொள்ள வேண்டும். அவள் நிறையக் காரியங்களைத் தியாகம் செய்ய வேண்டும்; அப்பொழுதுதான் அவளும் அவளுக்குப் பிறக்கப் போகும் குழந்தையும் பாதுகாப்பாகவும் ஆரோக்கியமாகவும் இருக்க முடியும்.

வயிற்றில் இருக்கும் கருவுக்கு ரத்த சப்ளையையும் ஊட்டச் சத்தையும் கொடுக்கும் உறுப்புக்குப் பெயர் ‘நஞ்சுக்கொடி’, அதாவது ‘பிளாசன்டா’ எனப்படும். கர்ப்பப் பையின் உள்ளேயே இருக்கும் இந்த உறுப்பு, சில ஹார்மோன்களை உற்பத்திச் செய்கிறது. இந்த நஞ்சுக்கொடி கர்ப்பமுற்ற பெண்ணுக்குத் தேவையான ‘ஈஸ்டரோஜன் ஹார்மோனை’ வேகமாக தேவையான அளவுக்கு ஒரே நாளில் சுரக்கச் செய்து கொடுக்கும்.

பெரிதாகிக் கொண்டே வரும் கர்ப்பப்பையிலுள்ள ரத்தக் குழாய்களுக்கு அதிகமான ரத்தம் தேவைப்படும். அதாவது வளரும் கருவுக்கும், கருவைச் சுற்றிப் பாதுகாக்க உதவும் திசுக்களுக்கும் தேவையான ஆக்சிஜனையும், சத்துப் பொருட்களையும் எடுத்துக்கொண்டு செல்லவும் ரத்தம் அதிகம் தேவைப்படும். மேலும் பிரசவ காலத்தில் ஏற்படும் ரத்தப் போக்கை சமாளிக்க அதிக ரத்தம் சேமிப்பில் இருக்க வேண்டும்.

கர்ப்ப காலத்தில் உடலில் ஆக்சிஜனின் உபயோகமும் அதிகமாகிக் கொண்டே இருக்கும். கருவுற்ற மூன்றாம் மாதத்தில் இருந்து பிரசவிக்கும் காலம் வரை சாதாரண நிலையைவிட இரண்டு மடங்கு ஆக்சிஜன் தேவைப்படும். கருவுற்ற மூன்றாம் மாதத்திலிருந்து உடலில் ஏற்படும் மாற்றம், பசியின்மை, தொடர்ந்து வாந்தி மயக்கம் போன்றவைகளால் சரியாக சாப்பிட முடியாத நிலை ஏற்படும். உடலின் எடையும் கூடிக்கொண்டே போகும். சுமார் ஒன்பது கிலோ வரை எடை கூடுவதற்கு வாய்ப்புண்டு. வயிற்றில் வளரும் சிசு நஞ்சுக்கொடி, மார்பகங்கள் அனைத்தும் வளர்வதால் இந்த எடை கூடுதல் இருக்கும். அதே நேரத்தில் மிகவும் அதிகமாக எடை கூடினாலும் கர்ப்பிணிக்கும், டாக்டருக்கும் பிரச்சனைதான்.

கர்ப்ப காலத்தில் அந்தத் தாய் புரதச் சத்துள்ள உணவை சாப்பிட வேண்டும். அதிலிருந்து கிடைக்கும் நைட்ரஜன் தான் கரு வளரவும், நஞ்சுக் கொடிக்கும் அதிகம் பயன்படும். கர்ப்பகாலத்தில் மாங்காய் இனிக்கும், சாம்பல் ருசிக்கும், ஊறுகாய், சாக்பீஸ் போன்றவை தின்ன வேண்டும் என்று தோன்றும். அவற்றைத் தவிர்க்க வேண்டும்.

கர்ப்ப காலத்தில் இரத்தத்தில் சர்க்கரையின் அளவு கூட வாய்ப்புண்டு. இடுப்பு எலும்பு மூட்டுகள் தளர்ந்து கொடுக்கும். கர்ப்பிணிகளுக்கு தற்காலிக ஞாபகமறதி ஏற்படுவதுண்டு. தூக்கம்

சரியாக வராது, லேட்டாக தூங்குவது, அதிக களைப்பு, சரியாக சாப்பிட முடியாதது, புதிய வரவை எப்படி நல்லபடியாக கொண்டு வரப் போகிறோம் என்ற பயத்தில் ஏற்படும் மன அழுத்தம் போன்றவை ஏற்படும். ஆனால், பிரசவத்திற்குப் பிறகு இவை எல்லாமே தன்னாலே சரியாகிவிடும். பயம் வேண்டாம்.

ஏராளமான மாற்றங்கள், எதிர்பாராத ஆச்சரியங்கள் கர்ப்பிணி பெண்களின் உடலில் ஏற்படுகின்றன. கர்ப்பப் பையில் வளரும்

விலைமதிப்பு மிக்க அற்புதத்தை, அதிசயத்தை, ஆனந்தத்தை வயிற்றில் நல்ல முறையில் வளர்த்து வெளியில் கொண்டு வருவதற்காகத்தான் என்பதை நினைவில் கொள்ளவேண்டும் என்று எனக்கு மாதாமாதம் பரிசோதனை செய்த மருத்துவர் கீதா மேடம் கூறியதை இங்கு நினைவு கூறுகிறேன்.

உன் அப்பாவின் ஆசைப்படி எனக்கு ஒரு பெண் தேவதையாக நீ பிறந்தாய் மகளே!

குழந்தைக்கு பெயர் வைப்பதிலும் எங்கள் இருவருக்கும் போட்டி ஏற்பட்டது. அது அன்புப்போட்டி, ஆசைப்போட்டி, பாசப்போட்டி.

ஆம்! நான் உனது பாட்டியின் பெயரான 'கண்ணம்மா' என்று வைக்க வேண்டும் என்று ஆசைப்பட்டேன். அவரோ அவர் விருப்பப்படி "ஜென்னி" என்று கூறினார்.

உன் அப்பாவின் விருப்பப்படி 'ஜென்னி' என்று பெயர் சூட்டினோம்!

□

14

பேரூராட்சித் தலைவி!

“நீ எப்படிம்மா! தலைவியா ஆயிட்டே”ன்னு கேட்டிருந்தாய்!

மகளே! ஒரு நாள் எங்கள் பெரியப்பா என்னை அழைத்தார். “ஏம்மா!, மாலதி! இப்போ ஏதோ வார்டு கவுன்சிலர்க்கெல்லாம் தேர்தல் வருதாமே! எதாச்சும் சரவணன் தகவல் சொன்னானா? அவன்தான் இந்த ஒலகத்து அரசியல்லாம் பேசுவானே!”

“ஆமாம் பெரிப்பா! நகர்ப்புற உள்ளாட்சித் தேர்தல் வரப்போவுதாம். அவரு வந்தார்னா உங்கக் கிட்ட பேசச் சொல்றேன்.”

அடுத்த நாள் கம்பெனியில் வேலை முடிந்து தொழிற்சங்க வேலைகளையும் முடித்துவிட்டு சற்று தாமதமாக உன் அப்பா வந்தார்.

“மாலதி! இன்னைக்கு ஒரு தனிக்கூட்டம் நடந்தது. நகர்ப்புற உள்ளாட்சி தேர்தலுக்கு தேதி அறிவிப்பு வந்துடுது. நம்ம ஊரு பேரூராட்சிக்கு உட்பட்ட ஏழாவது வார்டுல வருது. இந்த வார்டுல பெண்கள் மட்டும்தான் நிக்கமுடியும். அதுவும் தலித் பெண்களுக்கு ஒதுக்கப்பட்டுள்ளது. அதனால இந்த வார்டுக்கு உங்க தோழர் மாலதியை நிறுத்தினால் என்னன்னு என்னைக் கேட்டாங்க. நானும் யோசனை செஞ்சிட்டு, உங்கிட்ட கலந்துட்டு சொல்றேன் என்று சொல்லிட்டு வந்திருக்கிறேன்”

“இது என்னங்க புதுக்கதையா இருக்கு. இப்பத்தான் பெரிப்பாக்கூட எங்கிட்ட இதைப் பற்றித்தான் கேட்டார். ஏன் நம்ம ஊர்ல யாருமே தகுதியானவங்க இல்லையா? ரெண்டு பேரும் கம்பெனிக்கு வேலைக்குப் போறோம். பொண்ணு வேற இப்ப கவர்மன்ட் ஸ்கூலுக்குப் போயிட்டு இருக்கா! நமக்கு இதெல்லாம் ஒத்து வருமாங்க?”

“இந்த ஊரும் சேரியும் மட்டுமல்லாமல் பக்கத்து வடுகுப்பம் ஊரும் சேர்ந்ததுதான் இந்த வார்டு. வேற யார் நின்னாலும், நிக்கலன்னாலும் நம்ம நிப்போம். நீ ஓ.கே.னு சொல்லு. நான் உங்க பெரிப்பாக்கிட்டவும் மத்தவங்ககிட்டேயும் பேசிக்கிறேன்.”

“நான் வேணாம்னா மட்டும் நீங்க விட்ருவீங்களா! தொழிற் சங்கம், கட்சின்னு எல்லா இடத்திலேயும் பேசிட்டுத்தான் வந்து இருப்பீங்க! என்னம்மோ! நீங்க முடிவுப் பண்ணிக்கோங்க! என்ன கவுன்சிலரா நிக்க வச்சீங்கனா நீங்கதான் ஜெயிக்க வைக்கணும். அவ்ளோதான் சொல்லுவேன்.”

பெரியப்பா, சித்தப்பா, தாய்மாமா மற்றும் உறவினர்கள் கிராமத்து முக்கியஸ்தர்கள் எல்லாம் சேர்த்து, ஒருநாள் மாலை ஏழு மணி அளவில் ஒரு கூட்டத்தைக் கூட்டினார் உன் அப்பா. ஊர் தெருவிலிருந்தும் சில தம்பிகளைக் கூட்டி வந்திருந்தார்.

“நகர்ப்புற உள்ளாட்சித் தேர்தல் தேதி அறிவிச்சுட்டாங்க. நம்ம ஊர் ஏழாவது வார்டுல இருக்கு. நம்ம ஊரும் காலனியும் சேர்ந்துதான் இந்த வார்டு. இது பெண்கள் அதுவும் தலித் பெண்களுக்கு ஒதுக்கப்பட்டுள்ளது. அதனால நம்ம சேர்ந்து எங்க மாலதியை நிறுத்தலாம்னு விரும்புறோம். நீங்க ஒவ்வொருத்தரா உங்க கருத்தச் சொல்லுங்க!” உன் அப்பா சரவணன் ஆரம்பிச்சு வச்சார்.

“நம்ம ஊருக்கு இணைப்புச்சாலை, குடி தண்ணீர், குப்பை கொட்டும் இடம், தெருவிளக்கு, சாலை வசதி இப்படி நிறைய பிரச்சனை இருக்கு. நம்ம ஊர்ப்பகுதியிலிருந்து ஒரு கவுன்சிலர் வந்தால்தான் இதையெல்லாம் தீர்க்க முடியும். அதனால மாலதியை நிறுத்துவோம்!” ஊர் தெருவிலிருந்து வரதப்பிள்ளை சொன்னாரு.

“நம்ம ஊர்ப்பகுதியிலிருந்து ஒரு கவுன்சிலர் வந்தால்தான் நமக்கு நல்லது. ஆனால் பக்கத்து ஊரு வடுக்குப்பமும் சேர்ந்ததுதானே இந்த வார்டு. அங்கிருந்து வேற யாராய்ச்சும் நிக்க வச்சாங்கனா? என்ன செய்யறது?” மூர்த்தி தம்பி கேட்டாரு.

“யார் நின்னாலும் நிக்க வச்சாலும் நாம மாலதியை நிக்க வைக்கிறோம்! நிக்க வச்சி ஜெயிச்சுக் காட்றோம்பா ‘இது சத்தியம்’” ராமமூர்த்தி கவுண்டர் தரையில அடிச்சி சத்தியம் பண்ணாரு.

“சரிங்க! எல்லாம் ஏகமனதா சேர்ந்து நிக்க வைக்கிறோம். சேர்ந்து தேர்தலுக்கு வேலை செய்யுவோம்! சரவணா உங்க தொழிற்சங்க ஆளுங்க எல்லாம் வரவழைத்து தேர்தல் வேலைப்பாரு. அடுத்த வெள்ளிக்கிழமை காலையில பத்து மணிக்கு எல்லாம் ஒண்ணாப்போயி நாமினேஷன் ஃபைல் பண்றோம். மாலதியை ஜெயிக்க வைக்கிறோம்.” பெரியப்பா சொல்லி முடித்து வைத்தார்.

அதேபோல் இதே வார்டில் வரும் வடுக்குப்பம் கிராமம் சார்பாக சரோஜா என்ற பெண்மணியை வார்டு கவுன்சிலர் வேட்பாளராக நிறுத்தி இருந்தார்கள். குறிப்பிட்ட தேதியில் மாலதியும், சரோஜாவும் வார்டு கவுன்சிலர்க்கு மனுதாக்கல் செய்து களம் கண்டார்கள், தேர்தல் சூடு பிடித்தது.

நான் என் லெதர் கம்பெனி வேலையை ராஜினாமா செய்தேன். உனக்கு அந்த நேரத்தில் நவோதயா பள்ளியில் வைத்த நுழைவுத் தேர்வில் தேர்ச்சி பெற்று, இடமும் கிடைத்துவிட்டது. நாதன் என்னும் உனது வகுப்பு ஆசிரியர் உனது நவோதயா பள்ளியின் சேர்க்கை முழுவதையும் கவனித்துக் கொண்டார், அதுவும் அரசுப் பள்ளிதான். ஆனாலும் அது மத்திய அரசின் நேர்முகப் பார்வையுடன் இயங்கும் உண்டு உறைவிடப் பள்ளி. அதனால் தற்போது நீ அந்த நவோதயா பள்ளி ஹாஸ்டலிலே இருந்து வருகிறாய்.

வார்டு கவுன்சில் வேட்பாளராக நிற்கும் எனக்காக, அப்பா சரவணனும், அவர் தொழிற்சங்கத்தைச் சேர்ந்த தோழர்களும் களம்

கண்டனர். இரவு பகலாக வீடு வீடாகச் சென்று வாக்கு சேகரித்தனர். நமது ஊர் ஆலப்பாக்கம் கிராமத்தில் உள்ள அனைத்து மக்களும் சாதி, மதம் பார்க்காமல் வந்து வாக்களித்தனர். ஆனால் வடுக்குப்பம் ஊர் மக்கள் பெரும்பாலானோர் தாழ்ந்த சாதிக்காரப் பொண்ணுக்கு நாம் ஏன் ஓட்டுப் போடணும்னு நினைத்து வாக்குச் சாவடிக்கே வரவில்லை. அந்த வடுக்குப்பம் மக்களில் பலர் அப்பா சரவணனும், தொழிற்சங்க தோழர்களின் மீது உள்ள நம்பிக்கையால் எனக்கே வாக்களித்தனர்.

அடுத்தநாள் வாக்குகள் எண்ணப்பட்டு முடிவுகள் அறிவிக்கப்பட்டது. நான் பெருவாரியான வாக்குகள் பெற்று வெற்றி பெற்றதாக அறிவிக்கப்பட்டது. எதிர்த்துப் போட்டியிட்ட சரோஜா டெப்பாசிட் இழந்திருந்தார். எனக்கு மாலை போட்டு தெருத் தெருவாக அழைத்துச் சென்றனர். நீ பிறந்தபோது எனக்கு ஏற்பட்ட மகிழ்ச்சியைவிட அதிகமாக மகிழ்ச்சி அடைந்தேன். அனைத்தும் தோழர்களின் உழைப்பு.

பேரூராட்சியின் பதினோரு கவுன்சிலரும் கூடி பேரூராட்சித் தலைவரைத் தேர்ந்தெடுக்க வேண்டும். அந்த தலைவர் பதவிக்கு மறைமுகத் தேர்தல். அதுவும் பெண்களுக்கு ஒதுக்கப்பட்ட பேரூராட்சி தலைவர் பதவி... மொத்தமே மூன்று கவுன்சிலர்கள்தான் பெண்கள் வெற்றி பெற்றவர்கள். அரசியல் சார்ந்தது. கூட்டணி கட்சிகளின் நிலைப்பாடு. இவை அனைத்தையும் உன் அப்பாவும் அவர்கள் தோழர்களும் பேசி முடிவெடுத்துதான் இடதுசாரி வேட்பாளராக களம் கண்ட நான் பேரூராட்சி தலைவராக தேர்ந்தெடுக்கப்பட்டேன். பேரூராட்சித் தலைவர்களின் பொறுப்பு. எப்படி மக்களுக்காக செயல்பட வேண்டும் என்று கட்சி நடத்திய இரண்டு நாள் பயிற்சியை எடுத்துக் கொண்டேன்.

தற்போது நான் பேரூராட்சித் தலைவர் மாலதி. பெரிய அலுவலகம், எழுத்தர்கள் மற்றும் ஊழியர்கள் பலர். பேரூராட்சித் தலைவர் கோட்டமேடு பேரூராட்சி என்று பெயர் பொறிக்கப்பட்ட பெயர்ப் பலகை, பெயர் பொறிக்கப்பட்ட மகேந்திரா ஜீப், முன் இருக்கையில் நான்.

மகளே! எனக்கு மக்கள் பணி ஆற்ற வேண்டிய ஏராளமான பொறுப்புகள் வந்துவிட்டது.

எனது குடும்பம், எனது தங்கைகளின் வாழ்க்கை என்று மட்டுமே வாழ்ந்த எனக்கு, தற்போது எங்கள் ஊர், எங்கள்

பேரூராட்சி, எங்கள் மக்கள், எங்கள் மண் வளம், எங்கள் நீர்வளம், எம் மக்களின் சுகாதாரம், என எனது கடமைகள் விரிவடைந்து போனது.

எங்கள் பேரூராட்சிக்குட்பட்ட அரசுப் பள்ளிகளை மேலும் வலுப்படுத்த பள்ளி மேலாண்மைக் குழுக்களை ஒருங்கிணைத்து நடவடிக்கை எடுத்து வருகிறேன். எங்கள் பேரூராட்சிக்குட்பட்ட மக்களுக்கு பொது சுகாதாரம், கழிப்பிட வசதி, ஆரம்ப சுகாதார மருத்துவமனை போன்றவற்றை மறு சீரமைப்பு செய்ய முடிவெடுத்துள்ளேன்.

விவசாயம், நீர்நிலைகளை பாதுகாத்தல், வாய்க்கால் சீரமைத்து பாசன வசதியை மேம்படுத்தவும், தனிக் குழுக்கள் அமைத்துள்ளோம். பெண்கள் சுய உதவிக்குழு மூலம் பள்ளி மாணவர் சேர்க்கை, நியாய விலைக்கடைகளை கண்காணித்தல், முதியோர், விதவைப் பயனாளிகளைக் கண்டு உதவிப்பணத்திற்கு வழிவகை செய்து வருகிறோம். வீடற்றவர்களுக்கு வீடு கட்ட உதவும் உதவித் தொகைக்கும் சிபாரிசு செய்து வருகிறேன். இது எனது பேரூராட்சி தலைவியின் பணிகள்.

மகளே! நான் வறுமையில் வாழ்ந்தேன். சாதீயச் சாக்கடைகளின் அடிமைத் தளையில் வளர்ந்தேன். கல்வி ஒன்றே நமக்கு விடுதலை என்று உணர்ந்தேன். அதனால் நீயும் படி.

உன்னை பொத்தி, பொத்தி வளர்க்க நான் விரும்பவில்லை. சமுதாய சாக்கடைகளை எதிர்த்துப் போராடும் உமது இயற்கையான குணத்தை நான் நசுக்க விரும்பவில்லை. உழைத்து முன்னேறு! அநீதியைக் கண்டு துவளாதே! எழுந்துவா! போராடு மகளே!

இரவு பகலாக வேலை. இப்படி சாதாரண பெண்களும் அதிகாரத்திற்கு வரவேண்டும் என்று போராடிய பொது உடைமை இயக்கம், சமூக நீதியை நிலைநாட்டிய அரசியல் கட்சிகள், முற்போக்கு எண்ணம் கொண்ட அரசியல் சிந்தனையாளர்கள் அனைவருக்கும் நன்றி சொல்ல கடமைப்பட்டுள்ளேன்.

நம்மாலும் முடியும்!
பெண்களாலும் முடியும்!
வளர்ந்து வா மகளே!
படித்து வா மகளே!
கடிதங்கள் தொடரும்.....

□

ஆசிரியர் எழுதிய பிற நூல்கள்

1. அறிவியல் பார்வையில் ஆழ்கடல் துறைமுகம்
2. ‘சூடேறும் பூமி’ யார் குற்றவாளி?
3. இந்திய விவசாயம் நேற்று, இன்று நாளை?
4. கல்வி பெறும் உரிமைச் சட்டம் -2009
5. வகுப்பறைக்கு வெளியே?
6. அணையா நெருப்பு அறிவொளி!
7. வகுப்பறைக்கு உள்ளே!
8. புதுச்சேரி வரலாற்றில் தண்ணீர்
9. அகரம் ஒரு தொலைந்து போன உலகு
10. தாத்தாவும் பேத்தியும்...!
11. பொழப்பு...!
12. புதுச்சேரி கல்வி வரலாறும் புதிய தேசியக் கல்விக் கொள்கையும்.

www.ingramcontent.com/pod-product-compliance
Lightning Source LLC
LaVergne TN
LVHW060143051026
849517LV00007B/2549
* 9 7 8 9 3 9 5 7 7 6 8 2 0 *